நரகத்தின் உப்புக்காற்று

அய்யப்ப மாதவன்

எதிர் வெளியீடு

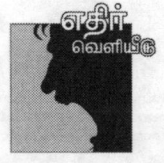

நரகத்தின் உப்புக்காற்று
அய்யப்ப மாதவன்

முதல் பதிப்பு: செப்டம்பர் 2022

எதிர் வெளியீடு,
96, நியூ ஸ்கீம் ரோடு, பொள்ளாச்சி – 642 002
தொலைபேசி: 04259 226012, 99425 11302

விலை: ரூ. 150

NaRakathin UpPuKaatRu
Iyyappa Madhavan

Copyright © Iyyappa Madhavan
First Edition: September 2022

Published by
Ethir Veliyeedu, 96, New Scheme Road, Pollachi – 2
email: ethirveliyedu@gmail.com
www.ethirveliyeedu.com

ISBN: 978-90811-43-4
Cover: Harisankar
Printed at Jothy Enterprises, Chennai.

All rights reserved. No part of this book may be reprinted or reproduced or utilised in any form or by any electronic, mechanical or other means, now known or hereafter invented, including Photocopying and recording, or in any information storage or retrieval system, without permission in writing from the Publisher.

பொருளடக்கம்

	இருப்பின் பிரார்த்தனைகள்	07
1.	என்னைக் கொன்றுவிட்டார்கள்	13
2.	புத்தனின் காலடி	14
3.	தன்னந்தனியே	15
4.	ததும்பும் வெறுமை	16
5.	பனிப்பூக்கள்	17
6.	சொல்லமாட்டேன்	18
7.	அம்மா...	19
8.	இறப்பதும் ஒரு கலை	20
9.	ஒரு பகல் ஓர் இரவு	21
10.	தூயவெளி	22
11.	ஒரு மீன்	23
12.	இறுதி சுவாசம்	24
13.	உன் நிழலில்...	25
14.	சங்கீதம்	26
15.	அழகியின் 29ஆம் மாடி	27
16.	யாருக்குத் தெரியும்	29
17.	ஒற்றை மரம்	31
18.	பேசாத வார்த்தைகள்	32
19.	உயிரைக் கடந்து போ	33
20.	வானம் வரையும்	34
21.	நதிக்கரை	35
22.	இரவு தொலைத்த நித்திரை	36
23.	உன் மடி படகு	37
24.	வீடு திரும்புதல்	38
25.	நீயென்றால்...	40
26.	இருக்கிறாய்	41
27.	மூலிகை போத்தல்	42

28.	இளம் காதல்	43
29.	வெற்றுத் தூண்டில்	44
30.	ஒரு ஓட்டு	45
31.	எங்கோ தொலைந்துகொண்டிருக்கிறார்கள்	46
32.	குரல்வளையைப் பூட்டி வை	48
33.	ஆயகலைகள்	49
34.	நரகத்தின் கதவுகள்	50
35.	வாழ்க்கை வருகிறது	51
36.	நீண்ட சாலைகளுக்கு அப்பால்	52
37.	வரும் போகும்	53
38.	காற்றைக் கேள்	54
39.	மீண்டும் ஒரு நாள்	56
40.	தன்யன்	57
41.	ஒருத்தன்	58
42.	நகரெங்கும் அலைகிறது	59
43.	கடவுள்	60
44.	இசைச்சொற்கள்	61
45.	மலைக்கு போய்விட்டேன்	62
46.	பெரிய பதற்றம்	63
47.	சில மீன்கள்	64
48.	தந்திரங்களின் வலை	65
49.	இறந்துபோகும் காலம்	67
50.	போக்கு	68
51.	பால்வெளி	69
52.	ஒரு சிரிப்பு	70
53.	மறைந்திருக்கும் பாடல்	71
54.	புதிர் ஆட்டம்	72
55.	ஞானம்	73
56.	பிரிந்த இறகுகள்	74
57.	ஓர் இலை	75
58.	சாகசம்	76

59.	நன்றிக் கடன்	77
60.	பட்டினப்பிரவேசம்	78
61.	பேராபத்து	79
62.	பாறைகள்	80
63.	மரத்திலிருந்தோம்	81
64.	இயந்திரம்	82
65.	அன்னை தேசம்	84
66.	காடு	85
67.	ஒரு பிடி நெல்	86
68.	தாமரைகள்	87
69.	திரும்பாத பறவை	88
70.	நினைவுப் பரிசு	89
71.	வலை மீன்	90
72.	கண்களில் காய்ந்த இலைகள்	91
73.	காட்டுப் பறவை	92
74.	மழை முடிந்த அமைதி	93
75.	நடை பரிதாபத்துக்குரியது	94
76.	காற்று வந்துகொண்டிருக்கிறது	95
77.	பிரார்த்தனை	96
78.	திரும்பிப் போ	97
79.	பூனைக்குட்டி	98
80.	குழந்தைத் தோழன்	99
81.	வெளியில் நட	100
82.	நனைந்திருத்தல்	101
83.	எதிர்க்குரல்	102
84.	உன் மரணம்	103
85.	ரயில்	104
86.	சிதறிக் கிடந்த பூக்கள்	105
87.	ஒரு காகம் ஓர் ஆந்தை	106
88.	கடல் நீலம்	107
89.	மின்மினிகள்	108

90. நான் உன் உறக்கம்	109
91. ஊஞ்சல் புதிர்	110
92. அமைதி	111
93. ஒரே மாதிரிகள்	112
94. நரகம்	113
95. சிறுவனாக இருந்தேன்	114
96. எரியும் பெரும் வனம்	115
97. அஞ்சலி	116
98. அகாலம்	117
99. அழகையின் மீது	119
100. வன்மத்தின் மீது பிங்க் நிற ஒற்றைச் செருப்பு	120

இருப்பின் பிரார்த்தனைகள்

தத்துவங்கள் மனித வாழ்வை ஒரு நதியின் போக்கு போலவே சித்தரிக்கிறது. நேற்று இறங்கிய ஆறு அல்ல இன்று இறங்கும் ஆறு என்றெல்லாம் கூட நிதர்சனங்கள் பிடிபடுகின்ற காலமிது.

இயற்கையோடு இணைந்தும் எதிர்த்தும் போராடியும் சகித்தும் வாழப் பழகிக்கொண்ட மனிதசாரம் தன் தீராத பக்கங்களில் இருத்தலாகவோ படைப்பாகவோ மொழியாகவோ உரையாடலாகவோ சார்பாகவும்கூட அதன் பொறுப்பை ஏற்றுச் செல்கிறது.

பல்லாயிரம் மழைப்பொழிவுகள் தானியங்கள் அதற்கான உழைப்பு பிறகொரு நம்பிக்கையாகவும்கூட நம் வாழ்வு கதித்துச் செல்கிறது. கவிஞர்கள் ஒரு சகுனம் போல இதனூடே தோன்றி மறைகிறார்கள். எதார்த்தங்களின் மீது தீவிர ஆலோசனை செய்யும் கவிஞன் இருப்பிற்கும் மரணத்திற்குமிடையே தன் மொழியைப் பணயம் வைக்கிறான்.

படைப்பவனாகச் சொல்லிக்கொள்ளுமவன் இனம் புரியாத தன் வாசகர்களிடையே ஓர் உறவை மேற்கொள்கிறான். உண்மையில் இந்தச் சமூகத்தின் மீது விமர்சனப் பூர்வமான இயக்கமாக கவிஞன் இருக்கிறான். அந்த இனம் புரியா வாசகர்களோ பிண்டமெடுக்கும் காக்கைகளைப் போல அதை சிதறடித்து எடுத்துக்கொள்கிறார்கள். அந்த வகையில்தான் மொழி வழியான பல நூறு வருட அனுபவத்தை வாசகன் ருசுப்படுத்திக்கொள்கிறான்.

கவிதை பறவைகளுக்கு மட்டுமல்ல. அது பொதுவில் வைக்கப்படும் உணவின் உபரிதான். இப்படியாக கலைக்கும் மனிதருக்குமிடையே உண்டாகும் உரையாடல்களின் தொடர் பாடல்கள் கால காலமாக நீடிக்கிறது. ஒரு மொழியின் கூர் உணர்வும்கூட கவிதையில் தன்னை இவ்வாறுதான் இடப்படுத்திக்கொள்கிறது. அதுவே அறிவியலாகவும் ஆகிறது.

ஒரு புறம் பார்த்தால் சிலந்தியின் வலைப் பின்னலைப் போலவும் மறுபுறம் பார்த்தால் இருப்பின் பிரார்த்தனைகளைப் போலவும் தோன்றும் கவிதை தனக்கான அர்த்தங்களை மிகையாகக் கட்டமைக்கிறது. எப்படியாகிலும் தன் அன்றாடத்தைக் கடக்க முயலும் கவிதைகள் தன் மீதான விமர்சனத்தை எதிர்கொண்டு ஒரு இணக்கத்தை பாவனைப் படுத்திக்கொள்கின்றன. இதுவொரு தனிமனிதனின் நற்செயலுக்கான வழியும் மதம், ஆன்மிகம், தத்துவம் போன்ற நெடுங்கால கணக்குகளுக்கு முகம் கொடுக்கும் இடமாகவும் தொழிற்படுகின்றன.

'எனக்குத் தொழில் கவிதை' என்றான் பாரதி. தவறான இடத்தில் தவறான காலத்தில் பிறந்துவிட்டேன் என்றான் ஆத்மாநாம். ஒரு வகையில் மனிதன் என்கிற அர்த்தம் முடிந்துவிட்டது. அதை எப்படியெல்லாம் விளக்க முடியும் என்கிற இடத்தில்தான் அய்யப்ப மாதவனின் கவிதைகள் புழங்குகின்றன. கவிதையும் வாழ்வுமாய் நீண்ட காலம் இயங்கி வந்திருக்கும் அய்யப்ப மாதவனின் 15ஆவது தொகுப்பான 'நரகத்தின் உப்புக்காற்று' எனும் இத்தொகுப்பை அதற்கான ஒரு முன்னுரைக்கென வாசித்தபோது மேற்சொன்ன எண்ணங்கள் என் மனதில் பலவிதமான உணர்வுகளைத் தூண்டியது.

எனக்கும் அவருக்கும்கூட தொடர்ந்து வரும் நீண்ட கால நட்பு ஒரு வகையில் அனைத்திலும் வெறுமையைச் சந்தித்த காலங்களைக் கடத்திய எதிர்பார்த்த அனைத்திற்கும் பிறகான ஒரு அமைதியை அவரது கவிதைகளில் அவரே

அடிக்கடி குறிப்பிடுவது போல ஒரு பௌத்த நிலையை வந்தடைந்துவிட்டதாகச் சொல்லலாம்.

இன்மையை இட்டு நிரப்புவதும் நிரப்பியதை கொட்டிக் கவிழ்ப்பதும்தான் வாழ்க்கையாகிவிட்டது. பிறகு நாம் தேடிச் செல்லும் ஒன்று எங்குமிருப்பதில்லை. ஒரு வேளை இருந்தாலும்கூட நாம் துல்லியமாகச் சிந்தித்தலிருந்து அதன் தோற்றம் மாறிவிடுகிறது. ஆகவே புத்தன் சொல்கிறான் தொடக்கமும் இல்லை. முடிவும் இல்லை. இடையில் நீ தேடிச் சென்ற வழிதான் உன் வாழ்க்கை.

அந்த அனுபவத்தை ஏற்பதற்கு நீ அடைந்த பக்குவம்தான் நம் இருத்தல். இப்படியான பார்வைகளின் பன்முகச் சரடுதான் அய்யப்ப மாதவனின் கவிதைகள் நெடுக ஊடுருவி வந்திருப்பதை முதல் வாசிப்பில் உணர முடிந்தது. இன்றைய நவீன வாழ்க்கை ஒரு தனி மனிதனுக்கு அளித்திருக்கும் வாய்ப்புகள், சுதந்திரம் மற்றும் கடமை பொறுப்புணர்ச்சி என்பதாக எல்லாம் நிறைந்து வழியும்போது ஓர் அந்நியமாகும் இருப்பு மீண்டும் மீண்டும் இயற்கைக்குள்ளும் தாய்மைக்குள்ளும் காதலுக்குள்ளும் ஒடுங்கவே முயல்கிறது.

அய்யப்ப மாதவனின் தொடக்க கால கவிதைகளிலிருந்து ஒரு வாசிப்பை மேற்கொண்டால் வீடு, அறை, தனிமனிதன் வெளிக்காட்சிகள், சம்பவங்கள் என்பவற்றின் தொடர்ச்சியாக அவர் கடந்துபோன பாதைகளையும் அதற்கிடையே நிகழ்ந்த அபூர்வமான தரிசனங்களையும் பொது மனதிற்கு கடத்தும்விதமாக இருந்ததை இங்கு நினைவு கூறலாம்.

அவர் கவிதைகளில் பறவைகள், அநாதையாக்கப்பட்ட பிணங்கள், கைவிடப்பட்ட உயிர்கள், விழுமியங்கள் மறந்துபோன காலம், தற்சார்பான மனித இருத்தல்கள் யாவும் அளித்து வந்த நம்பிக்கைக்கும் கடந்த நாற்பது வருடங்களாக இந்தத் தாராளவாத முதலீட்டியம் உருக்குலைத்திருக்கும் அன்றாடம் எவ்வாறாக பாழ்பட்டுப்போனது என்பதற்கான சாட்சியங்களை

இத்தொகுப்பில் முன் வைத்திருப்பதை ஆழ்ந்த வாசிப்பில் ஒருவர் உணர முடியும்.

இந்தப் புதிய நவதாராளவாத வருகைக்குப் பின் தப்பிச் சிதறி ஓடும் எலிகளைப் போலவே பல துளைகளை வலைகளாய்க் கொண்டதாய் இக்கவிதைகள் தோற்றமளிக்கின்றன.

அய்யப்ப மாதவனின் இக்கவிதைகள் மூலம் ஓர் எளிய மனிதன் தன்னை தகவமைத்துக்கொள்ளும் வழிமுறைகளை சாகசமாக்கி அறியும் பொருட்டு அற்புதமாகத் தந்துள்ளார். அதிக உற்பத்தியும் சந்தைமுறையும் தனிமனிதனின் வாங்கும் திறனும் அரசின் கட்டுப்பாடுகளும் தண்டனைகளும் இன்னும் பிறவாக பலதும் நம்மைச் சூழ்ந்திருக்கும் காலகட்டத்தில் 'யாரோ எங்கோ சண்டையிட்டுக் கொண்டிருக்கிறார்கள்' என்றும் 'குரல்வளையைப் பூட்டி வை' என்றும் 'நரகத்தின் கதவுகள்' என்றும் கவிதைகள் எழுதிவிட்டு நீண்ட சாலைகளுக்கு அப்பால் யாவும் வரும் போகும் மீண்டும் ஒரு நாள் அனைத்தையும் காற்றிடம் கேட்போம் என்று நம் கண் முன்னே நடந்து தொலைவில் சென்றுகொண்டிருக்கிறார்.

அவர் முதுகை நாம் பார்த்துக்கொண்டிருக்கிறோம். நம் முதுகை வேறு யாரோ பார்த்துக்கொண்டிருக்கிறார்கள். கடலோ நதியோ வனமோ மலைகளோ அல்லது பிரபஞ்சம் அனைத்தும் அதன் கதியில் இந்த மானிடப் பூச்சிகளை உயிர்த்தும் அழித்தும் மேலும் புதுக்கி தொடக்கத்தில் சொன்னதைப் போல நதி வாழ்வு அதன் போக்கில் சென்றுகொணடே இருக்கிறது. வெவ்வேறு கணத்தில் வெவ்வேறு ஆற்றில் இறங்கிக்கொண்டுதான் இருக்கிறோம். இத்தனையும் அய்யப்ப மாதவன் கவிதைக்குள் உருண்டு திரியும் கூழாங்கற்களைப் போலவே நீர்மை பெறுகின்றன.

தன் லௌகீகத்தின் அனைத்துப் பாடுகளையும் தெளிந்த நீரோடையைப் போல பொதுவில் வைத்து பெருநகரமாகிக்கொண்டிருக்கும் இந்த ஒற்றை உலக

மயத்தில் ஒரு தனிநபர் இவ்வளவாகத்தான் தன் படைப்பை வாசகனுக்குக் கடத்த முடியும். வாசகன் இப்படைப்போடும் இக்கவிஞனோடும் தன்னை இனங்காணும்போது ஒரே ஒரு ஆவேசமான கூக்குரல் எழுமெனில் அது யாரை நோக்கி எதற்காக என்பதாய் பயமற்ற முழுசுதந்திரமும் விடுதலையும் வேண்டுகிற மனதின் குரலாய் எதிரொலிக்கும் என்பதையே இக்கவிதைகளின் அடிநாதமாய் வைக்கலாம்.

தொடர்ந்து அய்யப்ப மாதவன் தன் கவிதைகளிலும் வேறு வகையான எழுத்துகளிலும் தன் கைகளைப் பிடித்துப் பயணிக்கும் வாசகர்களோடு உரையாடலை மேற்கொண்டுவாறே இருக்கிறார். இக்காலத்தின் வாசகன் தன்னில் தன்னிலை அறிவதற்கும் எந்த இடத்தில் வசிக்கிறோம் என்பதற்குமான ஓர் அழகியல் ஓர் அரசியல் ஒரு வாழ்வியலுக்கு இத்தொகுப்பு பயனுள்ளதாக இருக்குமென்று நம்புகிறேன்.

அவர் மேலும் எழுதிச் சிறக்க வாழ்த்துகிறேன்.

யவனிகா ஸ்ரீராம்
சின்னாளபட்டி
23/08/22

சமர்ப்பணம்

ஜெஃப்ரி வில்லியம்

சிபி செல்வராஜ்

1. என்னைக் கொன்றுவிட்டார்கள்

என்னைக் கொன்றுவிட்டார்கள்
தாகத்திற்குத்தான் தண்ணீர் பருகச் சென்றேன்
குடத்திலிருந்த பாகுபாடு தெரியாத நீரைப் பருகியதற்காய்
என்னைக் கடுமையாய்த் தாக்கினார்கள்
இறந்து போகுமளவிற்கு அடித்தார்கள்
என்னை அடித்தவனைப் போன்றே என்னுருவமிருந்தது
ஆயினும் என்னைத் தீண்டத்தகாதவன் என்று சொல்லி
நீர் பருகிய என் கைகளை ஒடித்தார்கள்
இதயம் நின்று போகுமளவிற்கு
என்னைக் காயப்படுத்தினார்கள்
என் கடைசி மூச்சில்
ஏன் இங்கு பிறந்தேன்
என யோசித்தேன்
கடைசி சுவாசம்
நின்றுபோனது
தாகமெடுப்பது குற்றச் செயல் என்கிறார்கள்
பானைகளில் இன்னும் நீர் ததும்பிக்கொண்டிருக்கிறது
யாரின் கைகளோ
தாகத்திலிருப்பவனைத் தேடிக்கொண்டிருக்கிறது.

நரகத்தின் உப்புக்காற்று

2. புத்தனின் காலடி

அந்த நாளின் கடைசிப் பறவை
மறைந்துவிட்டது
நகரம் இருளின் மீது மிதக்கிறது
ஒளி சிந்தும்
நிலவின் கீழ்
தனிமையின் மீது
அமர்ந்திருக்கிறது அமைதி
மரங்களிலிருந்து மெலிதாய் கேட்கும்
காற்றின் பாடல்
அவனுக்குள்ளிருந்து
எந்த சத்தமும் எழவில்லை
அவன் யாரையும் துன்புறுத்தும்
நிலைக்குப் போகவில்லை
புத்தனின் காலடியில்
தியானத்தின் சுடர்.

3. தன்னந்தனியே

குளிர்ந்த இரவின் மடியில் என்னைப்போல்
தனித்துக் கிடந்த நிலவுடன் பேசுகிறேன்
மறுமொழியோ ஏதுமில்லை
நான் ஒரு பைத்தியம் தான்
பித்தம் தலைக்கேறிய நிலையில்
யாரும் என்னிடம் பேச முன்வராத போது
ஆகாயத்தைப் பார்த்து
உரையாடிக் கொண்டிருக்கிறேன்
இருள் மிதக்கும் வெளியில் இருளைப் போன்று
இருளாகவே வான் சுடரின் ஒளி வாங்கி
மனம் பிறழ்ந்த நிலையில்
தன்னந்தனியே நிற்கிறேன்
எங்கிருந்தும் எந்த அழைப்பும் வரவில்லை
இதயம் கனத்து உணர்வுகளில் சாய்கிறேன்
அப்போதெல்லாம்
வானத்து நிலவு வாய் திறக்கக் கூடும்.

4. ததும்பும் வெறுமை

தேநீர் கடைக்கு வந்திருந்தார் புத்தர்
காவியுடையும்
முள் போன்ற தொப்பியும்
அவரது பேசாத்தன்மையிலும்
வந்திருப்பது அவரேதான்
என்பதைப் புரிந்துகொண்டேன்
பேச்சுக்கொடுக்கலாம்
என் சோகவியல் கதைகளைச் சொல்லித்
தீர்வு கேட்கலாமென்றிருந்தேன்
பேசினால் பேசுவாரா என்ற ஐயம் வேறு
அமைதியாகவே இருந்தேன்
அவரும் தேநீரை உறிஞ்சும் சத்தம்
வெளியில் கேட்காமல் பருகினார்
மேலும் புத்தரென்பதை உறுதிப்படுத்தினார்
காசு கொடுக்காமல் வெளியேறியபோது
காசு என்று கத்தினான் கடைக்காரன்
நான் தருகிறேன் என்றதும்
கடைக்காரன் அமைதியில்
விட்டுச் சென்ற தேநீர் கோப்பையில்
உலகின் வெறுமை ததும்பி நின்றது.

5. பனிப்பூக்கள்

அழகாய் இருக்கும் நிலத்தைவிட்டு
உயர உயரப் பறக்க ஆசை
ஒரு பறவையின் பாடல்
ஆற்றில் துள்ளி விழும் மீன்
காற்றின் வருடல்
மழை ஈரம்
பனியின் குளிர்மை
மலர்ந்து கிடக்கும் பூக்கள்
நேசிக்கும் அவள்.

6. சொல்லமாட்டேன்

உன்னை மலர்
எனச் சொல்ல மாட்டேன்
அது வாடி விடும்
உன்னை நிலவென்று
சொல்லமாட்டேன்
அது மறைந்துவிடும்
உன்னை காற்று
எனச் சொல்ல மாட்டேன்
அது அழித்துவிடும்
உன்னை மழை
எனச் சொல்ல மாட்டேன்
அது ஓய்ந்துவிடும்
உன்னை நதி
எனச் சொல்ல மாட்டேன்
அது வற்றிவிடும்
உன்னை பறவை
எனச் சொல்ல மாட்டேன்
அது பறந்து விடும்
உன்னை இதயம்
எனச் சொல்ல மாட்டேன்
அது நின்று விடும்
உன்னை நான் தான்
நீ
என மட்டுமே சொல்வேன் அன்பே.

7. அம்மா...

அம்மா
துரோகமிழைப்பதையோ
குற்றம் புரிவதையோ
நீ சொல்லித் தரவில்லை
பிறரை ஏமாற்றும் கலையையோ
பழிவாங்கும் குணத்தையோ
கற்றுத் தரவில்லை
பிறரை பழிப்பதையோ
அவதூறு செய்வதையோ
போதிக்கவில்லை
பிறர் பொருளின் மீது ஆசைப்படுவதையோ
திருடும் மனப்பான்மையையோ
திணிக்கவில்லை
சுயநலமாக இரு என்றோ
அகங்காரமாய் இரு என்றோ
சொன்னதில்லை
நீ என் மீது காட்டிய அன்பைத் தவிர
வேறெதையும் உன்னிடமிருந்து
அறிந்துகொள்ளவில்லை
உலகின் தீமைகளோ வட்டமடிக்கிறது
மீதமான ஆயுளைக் கடப்பதற்கென
மறுபடி பிறந்து வந்துவிடமாட்டாயா?

8. இறப்பதும் ஒரு கலை

அவனுக்கு அப்பா இறந்து போனார்
எனக்கு அக்கா இறந்து போனாள்
அந்தச் சிறுவனுக்கு தாத்தா
இறந்து போனார்
அந்த முதியவளுக்கு கணவர்
இறந்து போனார்
இன்னொருவனுக்கு தம்பி
இறந்து போனான்
மற்றொருவனுக்கு அண்ணன்
இறந்து போனான்
யாரோ ஒருவனுக்கு யாரோ
இறந்து கொண்டே
இருக்கிறார்கள்
எவ்வளவு சம்பவங்கள்.

அய்யப்ப மாதவன்

9. ஒரு பகல் ஓர் இரவு

உன் விருப்பத்தின் மீது தவம் கலையாது
அமர்ந்திருக்கிறாய்
உனக்கான பாதைகளில் வேறு யாரையும்
பயணிக்க அனுமதிப்பதில்லை
உனக்கென்று தனியாக ஒரு அறை
ஒரு பகல் ஓர் இரவு
ஒரு சூரியன் ஒரு நிலவு வைத்திருக்கிறாய்
உனக்கான மலர்களை நீயே மலரச் செய்கிறாய்
நீயே பறித்துக் கொள்கிறாய்
உனக்கான உரையாடலை
நீயே நிகழ்த்திக் கொள்கிறாய்
உன் தனிமைக்குள் உன் தனிமையே தான் இருக்கிறது
உன்னைப் பற்றிய புகார்களில்
மன்னிப்புக்கு இடம் ஏதுமில்லை
நீ எழுதும் ஒவ்வொரு சொல்லிலும்
உலகத்தின் மீதான கொடிய குற்றங்கள்
பரந்து விரிந்து செல்கின்றன
நீ வேறு உலகம் வேறு என்று யாருக்கும் புரிவதில்லை
உன் காற்றில் நீ சுவாசித்துக் கொண்டிருக்கிறாய்
கவனம்.

நரகத்தின் உப்புக்காற்று

10. தூயவெளி

கிளை பற்றிய கைகளில் படர்ந்திருந்த
நெகிழ்வை விலக்கியபோது சுட்டது வெட்டவெளி
திறந்துவிட்டால் கொட்டிவிடும்
என் நீர்க்குடுவை மூட
தள்ளாட்டத்திலிருந்த ஆழ்மனம்
உள்வெளியில் ததும்பி அடங்கியது
திறந்திருந்த கதவு புகுந்திருந்த தூயவெளி
கறைகள் தென்படாத பகல்
கலைக்கப்படாத கூட்டில் அமைதி
புத்தன் பிறந்திருந்தான்
கருணைமிகு கருமுகில்கள் கூடிய பொழுதிலிருந்து
விலகியபோது நனைந்திருந்த இளகிய சொற்களுடன்
பரிமாறிய பசி தீர்த்த பொழுதுகளுடன்
பெய்யும் பொழுதுகளில்.

11. ஒரு மீன்

போகுமிடம் தெரியாமல் நதியின் போக்கில்
செல்கிறது ஒரு மீன்
நீரைத் தவிர
போக்கிடமில்லை
நீரே பிறப்பிடம்
நீரே சமாதி
கொஞ்சம் நீந்துதல்
கொஞ்சம் இரை தேடுதல்
குறுகிய காலம்தான்
ஆயினும் நதியின் போக்கில்
குறிக்கோள் ஏதுமற்று
செல்கிறது
அது மீனென்று சொல்லிக்கொள்வதைத் தவிர
வேறொரு அடையாள சிக்கலில்லை
அதோ ஒரு மீன் என்று சொல்வதில்
தான் பெருமை வந்து சேர்கிறது
நதியோ மீனிருப்பது தெரியாது
மீனைத் தனக்குள் வைத்திருக்கிறது.

12. இறுதி சுவாசம்

உன் தனிமைக்குள்
வண்ண வண்ண பூக்களாயிருக்கிறேன்
உன் விரல் தீண்டும் வேளை
சிலிர்த்துக் கொள்கிறேன்
நீ வளர்த்த கொடியில்
உனக்குப் பிடித்தமான நிறங்களில்
பிறக்கிறேன்
நீ என்னிடம் வரும்போதெல்லாம்
உனக்கான நறுமணங்களை
காற்றில் கரையவிடுகிறேன்
என் சுவாசத்தில் உன் முகம்
தங்கச் சூரியன் போலாகிறது
உன் வனப்பிலிருந்து பெருகும் மின்மினிகள்
என் மயக்கத்தில்
வந்து அமர்ந்துகொள்கின்றன
உன் தோட்டத்தில் உன் பார்வையில்
எத்தனை காலம் வேண்டுமானாலும்
இருந்துகொள்வேன்
ஆனால் என் ஆயுள்
எந்தக் கணத்திலும் தோன்றிவிடும்
இறப்பின் சகவாசத்தோடிருக்கிறது
நான் உதிர்ந்து மடிவதற்குள்
நீயே பறித்துவிடு
உன் கைகளால் வரும் மரணத்தில்
என் இறுதி சுவாசம்
மிகப் பெரிய ஆறுதலாகிவிடும் அன்பே.

அய்யப்ப மாதவன்

13. உன் நிழலில்...

குளக்கரையில் என் வருகையின் நிழல்
உன் மீது படிய இளம்வெயிலில் காத்திருக்கிறாய்
உன்னருகில் மரம் உனக்காகவே தன் இலைகளில்
என்னை நீரில் மிதக்கவிடுகிறது
மிதந்துசெல்லும் இலைகள் படகாய் மாறி
நீயும் நானும் ஒருவருக்கொருவர் பார்த்து
இன்புறுவதாய் நினைத்துக்கொள்கிறாய்
உன் ஆடைகள் தீண்டும் காற்றில்
என் விரல்களின் தொடுதல் இருப்பதாய்
உணர்ந்துகொள்கிறாய்
நான் வரும்வரை உன் ஞாபகங்களில்
என் பிம்பங்களைப்
புரட்டிப் பார்த்துக்கொண்டிருப்பாய்
சலசலக்கும் நீரின் ஓசையில்
என் காலடிச்சத்தம்
உனக்கு கேட்டுக்கொண்டிருக்கும்
நீயிருக்குமிடத்தில் பறவைகள்
நம் காதலின் இசையை மீட்டுவதாய்
ஆழ்ந்த லயிப்பிலிருப்பாய்
தாமதமானாலும் உன்னுடன்
சேர்ந்திருக்க ஓடோடி வந்துவிடுவேன்
அதுவரை நீரில் தெரியும் உன் நிழலில்
என்னைப் பார்த்துக்கொண்டிரு அன்பே...

நரகத்தின் உப்புக்காற்று

14. சங்கீதம்

யாருமற்ற பாதையில் நடந்து செல்லும்
உன் மனதில்
பழுத்துதிர்ந்த சருகுகளின்
சத்தம் கேட்கிறது
நிச்சயமற்ற பொழுதுகளில்
ஊளையிடும் காற்றை சமாளித்து
பயணித்துக்கொண்டிருக்கிறாய்
உன் பாதைகளை
நீயே செப்பனிட்டுக்கொண்டு
உன் உயரத்தை நோக்கி
நகர்ந்துகொண்டிருக்கிறாய்
இருட்டின் பயங்களைத் தரும் உலகில்
உன் நட்சத்திரங்களை கூர்தீட்டி
உன் வெளிச்சத்தின் வழியே
உன் தூரங்களைக் கடக்கிறாய்
உன் மூங்கில் மரத்தில்
உனக்கான பாடலை இசைத்தபடி
உன் அடர்வனத்தை மீறிச் செல்கிறாய்
உன் வெப்பம் மிகுந்த பாலைவனத்தில்
உனக்கான சுனைகளைக் கண்டுபிடிக்கிறாய்
நீ தூவும் விதைகளில்
பசும்காடுகள் தோன்றுகின்றன
உன் விரல்களை உன் விரல்களால்
கோத்துக்கொண்டு
உன்னையே விதைத்து வளர்கிறாய்
இனி வசந்தகாலம்
உன் பின்னால் கூட வரும்
பசுமிலைகளின் சங்கீதமும்
நிரம்பி வழியும் அன்பே...

அய்யப்ப மாதவன்

15. அழகியின் 29ஆம் மாடி

அவளிடம் உரையாடுவதற்கோ
தனிமையை புணர்வதற்கோ
யாரும் வந்திருக்கவில்லை
எப்போதும் வாய்த்த தனித்த அறையில்
தன்னுடன் மட்டுமே
பேசிக் களைத்தவள்
இருபத்தி ஒன்பதாவது மாடியிலிருந்து
குதித்து விடும்
ஆழ்ந்த யோசனையில் இருந்தாள்
அவ்வளவு அழகாய் இருந்தும்
அவள் அழகு கண்டு மயங்கி
யாரும் நெருங்கி விடவில்லை
பொறாமை கொண்ட
உலகம் அவளைத் தனியே
தவிக்க விட்டுவிட்டது
யாரேனும் வந்துவிட மாட்டார்களா என்று
அவள் வீட்டுக்கதவை இரவிலும் கூட
திறந்து வைத்து இருந்தாள்
ஜன்னலின் வழியே சூரிய ஒளியும்
நிலவின் ஒளியும்
அவ்வப்போது காற்றும் வந்தன
மனித நடமாட்டம் இல்லாத அந்த மாடியில்
அவள் இதயத்தின் துடிப்பு மட்டும்
தனிமையின் ஏக்கத்தில்
துடித்துக் கொண்டிருந்தது
அவளின் அழகிய உடைகளும்
அலங்காரப் பொருட்களும்

அவளை எகத்தாளத்துடன்
பார்ப்பதாயிருந்தன
அவள் தன் யோசனையின் முடிவில்
இருபத்தி ஒன்பதாம் மாடியிலிருந்து
குதித்தபோது அவளின் கொடிய தனிமை
செத்து விழுந்தது
இன்னும் சற்று நேரத்தில்
அஞ்சலிக் குறிப்பை எழுதுவீர்கள்
என்று தன் கடைசிக் கடிதத்தில்
எழுதி முடித்திருந்தாள்
அழகியின் 29ஆம் மாடிக்கும்
பிரபஞ்சத்தின் கேள்விக்கும்
இடையே நிகழ்ந்தது
காலம் – அகாலம்

16. யாருக்குத் தெரியும்

இலையுதிர் கால மரத்தின் இலைகள் போலவே
உதிர்ந்து போய்க் கொண்டிருக்கிறது வாழ்க்கை
கோடை வெயிலின் குளம் போலவே
வற்றிக்கொண்டிருக்கிறது வாழ்க்கை
பனிக்காலத்தில் உடல்கள் போலவே
நடுங்கிக்கொண்டிருக்கிறது வாழ்க்கை
மழைக்கால வெள்ளத்தில் மூழ்கும் நகரம்
போலவே இருக்கிறது வாழ்க்கை
ஆழ்கடல் பெரும் அலைகளில் மூழ்கும் படகுகள்
போலவே இருக்கிறது வாழ்க்கை
பெரும் தீயில் வெந்து அழியும்
காட்டைப் போலவே இருக்கிறது வாழ்க்கை
வெடித்துச் சிதறும் எரிமலையைப்
போலவே இருக்கிறது வாழ்க்கை
குத்திக் கொலை செய்யும்
கூரிய வாளைப் போலவே இருக்கிறது வாழ்க்கை
குண்டு வெடித்துச் சிதறும் உடல்
போலவே இருக்கிறது வாழ்க்கை
விபத்தில் சிக்கி உயிர் பிழைக்கப் போராடும்
மனிதன் போலவே இருக்கிறது வாழ்க்கை
பைத்தியம் பிடித்து தெருக்களில்
தனக்குத்தானே பேசிக்கொள்ளும்
மனம் பிறழ்ந்தவனைப்
போலவே இருக்கிறது வாழ்க்கை
வேட்டையில் பலியாகும் மிருகங்களின்
உயிர்த்துடிப்பைப் போலவே இருக்கிறது வாழ்க்கை
இறக்கப்போகிறவனின் முகத்தில் தெரியும்

நரகத்தின் உப்புக்காற்று

சவக்கலை போலவே இருக்கிறது வாழ்க்கை
தோல்வியுற்றவனின் முகம் போலவே
வாடியிருக்கிறது வாழ்க்கை
இலையுதிர்காலத்திற்கு பின் வரும்
வசந்தகாலத்தில் பூக்களைப் போல மலருமா
இந்த வாழ்க்கை என்று யாருக்குத் தெரியும்.

அய்யப்ப மாதவன்

17. ஒற்றை மரம்

யாருமற்ற தெருவைப் போல
அனாதையாக கிடக்கிறது மனம்
காலடிச் சத்தம்கூட கேட்கவில்லை
மௌனம் பெரும் மலையைப் போன்று
வளர்ந்து நிற்கிறது
ஒரு பறவையின் பாடலோ
காற்றின் இசையோகூட இல்லை
புழுங்கும் அறைக்குள்
தனித்து கிடக்கிறது அது
சூழ்ந்த சுவர்கள் வெறுமையை
பெருமளவில் வீசி எறிகிறது
நித்திரைகூட சவப்பெட்டி தேடி
ஒளிந்துவிட்டது
அரைகுறையாய் தோன்றும் கனவில்
அதனுடலை யாரோ தூக்கி போகிறார்கள்
எப்படி விடுதலையடைவது
என்று தெரியாமல் குழம்பிப்போய்
செங்கல் சுவரை மோதிக்கொள்கிறது
கொண்டாட்டங்கள் ஏதுமின்றி
தனிமையின் வெறுப்பில்
தன்னைத் தானே
காயப்படுத்திக்கொள்கிறது
பெரும் பொட்டல்வெளியில்
ஒற்றை மரம் போலிருக்கும்
அதனிடம் யாரும்
இனி வரப்போவதில்லை
மனமே நீ சாவதே மேல்.

18. பேசாத வார்த்தைகள்

ஒளி சிந்தும் உன் கண்களைக் கண்டு
எத்தனை நாட்களாயிற்று
உனக்கான பாதைகள் தெரிந்திருந்தும்
உன் அனுமதியை பூட்டி வைத்திருப்பதால்
என் கால்களை கட்டுக்குள் வைத்துள்ளேன்
காலமும் என் மீது துளி இரக்கமின்றி
என்னையும் பாதாளச் சிறையில்
அடைத்து வைத்திருப்பது போல் வைத்திருக்கிறது
எத்தனைமுறையோ கேட்டுப் பார்த்தும்
உன் மனம் என்னவோ இன்னும் இளகவில்லை
மிருகக்காட்சிசாலையின் விலங்கைப் போல்
கூண்டே உலகமாகிவிட்டது
என்னை வரச் சொல்லி உன் சமிக்ஞை நிகழ்கையில்
கூண்டிலிருந்து விடுவிக்கப்பட்ட
ஒரு பறவையின் விடுதலை உணர்வில்
உன் முன் ஒளி சிந்தும்
உன் விழிகளைக் காண வந்து நிற்பேன்
நம் இதயம் திறந்து பேசாத வார்த்தைகள்
அழுக்கேறி போவதற்குள்
உன் தேக்குமரம் போன்ற மனதை திறந்து வை
என் இறகின் மென்மையுடன்
உன்னருகில் இருந்துகொள்ள வந்துவிடுவேன் அன்பே...

அய்யப்ப மாதவன்

19. உயிரைக் கடந்து போ

ஆற்றைக் கடந்து போ
மீன் கிடைத்தால் எடுத்துக்கொள்
மலையைக் கடந்து போ
அமைதி கிடைத்தால் எடுத்துக்கொள்
காட்டைக் கடந்து போ
மரம் கிடைத்தால் எடுத்துக்கொள்
நிலவைக் கடந்து போ
ஒளி கிடைத்தால் எடுத்துக்கொள்
மேகத்தை கடந்து போ
மழை கிடைத்தால் எடுத்துக்கொள்
மலர்களைக் கடந்து போ
வாசம் கிடைத்தால் எடுத்துக்கொள்
வண்ணத்துப்பூச்சியைக் கடந்து போ
வண்ணங்கள் கிடைத்தால் எடுத்துக்கொள்
நிலத்தைக் கடந்து போ
பயிர்கள் கிடைத்தால் எடுத்துக்கொள்
சூரியனைக் கடந்து போ
வெப்பம் கிடைத்தால் எடுத்துக்கொள்
ஒரு பெண்ணைக் கடந்து போ
அன்பு கிடைத்தால் எடுத்துக்கொள்
பனியைக் கடந்து போ
நடுக்கம் கிடைத்தால் எடுத்துக்கொள்
நெருப்பை கடந்து போ
தீத்துளி கிடைத்தால் எடுத்துக்கொள்
உலகைக் கடந்து போ
ஞானம் கிடைத்தால் எடுத்துக்கொள்
உயிரைக் கடந்து போ
மரணம் கிடைத்தால் எடுத்துக்கொள்
உன்னைக் கடந்து போ
உன்னையே எடுத்துக்கொள்.

20. வானம் வரையும்

உன் பாதையைக் கவனித்துப்
போய்க்கொண்டிருக்கிறாய்
காற்றின் திசையில் ஓடும்
ஒரு சருகைப்போல
உன் நினைவில் குறுக்கிடும்
என்னில் சிறு தடுமாற்றம் அடைகிறாய்
ஒரு கணம் நின்று
திரும்பிப் பார்க்கிறாய்
நானில்லை அங்கு என்று உணர்ந்ததும்
மீண்டும் உன் திசையில் பயணிக்கிறாய்
மெல்லப் பொழுது சாய்கையில்
கூடடையும் பறவைகளில்
இரவின் வருகையில்
நான் உன்னைக் காண வருவேன்
என்ற சிந்தனையில்
உன் நடையின் வேகத்தைக் கூட்டுகிறாய்
விரைந்து மறையும்
கணங்களின் மீது என் முகம் தெரிய
உன்னில் வெட்கம்
நின்றுவிட்ட மழையின் துளிகள்
போல சொட்டுகிறது
உன் பாதை முடிந்த போது
உன் எதிரில் நீ புனைந்திருந்த நான்
நின்றிருந்தேன்
தலை குனிந்து
என்னைப் பார்க்க தயங்கிய உன்னில்
என்னைக் கண்டெடுத்தேன்
இரவின் மீது நமக்கான ஒளியை
வானம் வரையத் தொடங்கியது அன்பே...

21. நதிக்கரை

நதிக்கரையில் அமர்ந்திருக்கும்
உன்னிடம் பேசுகிறேன்
நீயும் நிலவைப் போன்று
அமைதியில் உறைந்திருக்கிறாய்
என் சொற்களெல்லாம்
மீன்களைப் போல
எட்டிப்பார்த்து மறைகின்றன
மறுமொழி இல்லாத உன்னிடம்
புத்தனின் கடும் தியானத்தைக்
கண்டுணர்ந்தேன்
என்மீதான உன் சினம்
சூரியன்களின் வெப்பத்தில் தகிக்கிறது
எரிந்து கொண்டிருக்கிற என் இதயத்தில்
உன் கருணை மிக்க பார்வையால்
மழையைப் பொழிந்து விடு
உன்னைப் பார்த்துக்கொண்டிருக்க
பிழைத்திருப்பேன்
நீ பேசாத வார்த்தைகளில்
மறைந்திருக்கும் அன்பை
சாரலைப் போலாவது தெளித்துவிடு
கொஞ்சமாவது சுவாசித்துக்கொள்வேன்
நீரில் மிதக்கும் சந்திரன் போல
சிறிதாவது உன் விழிகளை
என் பக்கம் அசைத்துவிடு
உன் முகம் கண்ட ஆறுதலில்
இந்த இரவு
தனது செவ்வியலை
மீட்டுக் கொள்ளட்டும்...

22. இரவு தொலைத்த நித்திரை

கசிதல் பற்றிய ஆழ்மன குறிப்புகளில்
ஒரு மரத்தில் இரு கிளிகள் அமர்ந்து பேசியது இருக்கலாம்
ஒரு நதியை ஒரு மீன் தொடர்ந்த கதை இருக்கலாம்
நடந்த நிழல் மீது படிந்த ஒளி இருக்கலாம்
காற்றில் சருகொன்று வாசித்த இசை இருக்கலாம்
மேகத்தில் பதுங்கிய மழை நிலம் தொட்ட காட்சி இருக்கலாம்
அமைதியைக் குலைத்த குயிலின் பாடல் இருக்கலாம்
காயம்பட்ட உடலின் குருதி சிந்துவது இருக்கலாம்
விழிகளில் பார்வைகளில் விளைந்த காதல் இருக்கலாம்
நிர்வாணத்தில் இரவு தொலைத்த நித்திரை இருக்கலாம்
பிரிவின் துயரில் கண்ணீர் நதி இருக்கலாம்
கசிவு மனதைப் பிளந்து ஞாபகங்களில்
கொடிய மழைவெள்ளமென அடங்காமல் கொட்டுகிறது
மேலும் அது கொட்டுகிறது.

அய்யப்ப மாதவன்

23. உன் மடி படகு

உன் மடி சாய்ந்து படுக்கத்தான் ஆசை
ஆனால் அது எங்கோ இருக்கிறது
நான் எங்கோ இருக்கிறேன்
இதற்கிடையில் தினமும் நான்
ஆசை கொள்கிறேன்
எங்கிருந்தெல்லாமோ அதைத் தேடுகிறேன்
அது புலப்படவில்லை
உன் வழமையான அறையில்
உன் பழமையான படுக்கையின் மீது
அதை வைத்திருப்பாய்
ஆனால் அதைப் பார்க்க முடியவில்லை
அதைக் காணும் நாளும்
வருவதாக இல்லை
புலப்படும் மடிகளிலெல்லாம்
என் தலையைச் சாய்த்து வைக்க விருப்பமில்லை
உன் மடி மட்டுமே பிரதானமானது
அதற்காகவே பிரயத்தனப் படுகிறேன்
உன்னில் உன் மடியில் தலை சாய்க்கையில்
நான் வாழ்ந்துவிடுகிறேன்
அல்லது நமக்கான கனவில் சஞ்சரித்துக்கொள்கிறேன்
உன் மடி நான் ஆயுளைக் கடக்கும் படகு.

24. வீடு திரும்புதல்

முழுநிலவு போனபின்
வந்துகொண்டிருக்கிற நாட்களில்
தாரகைகள் சோகத்தில்
ஒளிர்வதாய்த் தோன்றுகின்றன
விட்டு விலகியிருத்தல்
எங்கும் இமைகளை
ஈரமாக்குகின்றன
பூக்களைப் பிரியும் தாவரங்களின்
உள்ளீடான பிரிவின் இழப்பு ரகசியமானது
மீன்கள் பிரியும் நதியின் துயர்
பிரக்ஞையுற முடியாதது
வனாந்திரத்தில் ஒற்றை உயிராய் அலையும்
அநாதையாய் தவித்துச் சாகும் மனதில்
ஆற்றுப்படுத்தும் உன் நினைவுகள்
போதுமானதாக இல்லை
ஒற்றையடிப் பாதைபோல நீளும்
இந்த இரவுகளின் அமைதி
தாங்கிக்கொள்ள இயலாதது
குரைக்கும் நாய்கள் இருளைப் பூதாகரமாய்
விரியச் செய்யும் வேளையில்
நீயாவது என்னருகில் இருந்திருக்கலாம்
நானே என்னுடன் பேசும் இந்தப் பொழுதுகள்
பைத்தியமாக்குகின்றன
வானவில் இல்லாத வானம் போல
நீயற்ற இந்தக் காலம்
சோபை இழந்திருக்கிறது
படகோட்டி இல்லாத படகின் அசைவில்

அய்யப்ப மாதவன்

இதயம் அசைந்து சோம்புகிறது
தூண்டிலில் சிக்காத மச்சத்தைப் போல
தப்பிப்போய்விட்டாய்
தூண்டில்காரனின் வெறுமையுடன்
வீடு திரும்புகிறேன்
பெரிதாய்த் திறந்திருக்கிறது வாயிற்கதவு.

25. நீயென்றால்...

நதியென்றால் மீனிருக்கும்
குயிலென்றால் கானமிருக்கும்
தோட்டமென்றால் மலர் இருக்கும்
மலரென்றால் பட்டாம்பூச்சி இருக்கும்
மேகமிருந்தால் மழையிருக்கும்
கடலென்றால் அலையிருக்கும்
இதயமென்றால் துடிப்பிருக்கும்
உயிரென்றால் உடலிருக்கும்
காற்றென்றால் சுவாசமிருக்கும்
நெருப்பென்றால் சாம்பலிருக்கும்
ஆகாயமென்றால் சுடர்களிருக்கும்
வெயிலென்றால் நிழலிருக்கும்
நீயென்றால் நானிருக்கும் அன்பே...

26. இருக்கிறாய்

எத்தனையோ வண்ண மலர்களாய் இருக்கிறாய்
வான் மீது ஒளி சிந்தும் சுடர்களாய் இருக்கிறாய்
நதி மீது துள்ளி விழும் மீன்களாய் இருக்கிறாய்
காற்றில் நகரும் மேகமாய் இருக்கிறாய்
மூங்கிலில் இசையாய் இருக்கிறாய்
குழந்தையின் சிரிப்பில் இருக்கிறாய்
தாமரையின் இளம்தண்டில் இருக்கிறாய்
பொழியும் மழைத்துளிகளில் இருக்கிறாய்
இருட்டில் மின்மினிகளில் இருக்கிறாய்
அலைகளில் ஓசையாய் இருக்கிறாய்
கண்களில் இமைகளாய் இருக்கிறாய்
மலையின் அமைதியாய் இருக்கிறாய்
வண்ணத்துப்பூச்சியின் நிறங்களாய் இருக்கிறாய்
ஆடையின் நூலிழையில் இருக்கிறாய்
இலைகளின் நடனத்தில் இருக்கிறாய்
பசுமிலைகளின் துளிர்த்தலில் இருக்கிறாய்
புத்தனின் ஆழ்ந்த மௌனத்தில் இருக்கிறாய்
கவிதையின் கவித்துவத்தில் இருக்கிறாய்
கண்ணீரின் ஈரத்தில் இருக்கிறாய்
இதயத்தின் துடிப்பில் இருக்கிறாய்
புல்லில் பனித்துளியாய் இருக்கிறாய்
கனவில் தோன்றும் முகங்களாய் இருக்கிறாய்
குயிலின் குரலில் இருக்கிறாய்
வானின் நீலமாய் இருக்கிறாய்
மார்கழியின் நடுக்கமாய் இருக்கிறாய்
கோடையின் வெயிலாய் இருக்கிறாய்
பாதைகளின் சுவடுகளாய் இருக்கிறாய்
ஒளியில் நிழலாய் இருக்கிறாய்
இல்லாததில் எல்லாம் இருக்கிறாய்.

27. மூலிகை போத்தல்

மூலிகைச் சாறுகளையும் குளிகைகளையும் உண்டு
இறப்பை தள்ளிப் போட்டுக் கொண்டிருக்கிறேன்
அது எப்போது கதவை தட்டினாலும் பரவாயில்லை
அதற்குள் சொந்தம் கொண்டாட
நிறைய இருக்கின்றன
என்னுடையவை என்று இருப்பவற்றை
வேறு யாரையும் அபகரிக்க விடுவதில்லை
இது தவிரவும் எனக்குச் சொந்தமாக
மலைகள் காடுகள்
ஆகாயம் மழை நதி பறவையென நிறைய உண்டு
இவற்றை நான் பங்கிட்டுக் கொடுப்பதுண்டு
இதில் எனக்கு சுயநலம் ஏதும் இல்லை
பறவைகள் பாடுவது என் காதுகளுக்கு கேட்கிறது
இதுவும் எனக்கு சொந்தம் தான்
நாய் குட்டிகள் என்னிடம் அன்பு பாராட்டுகின்றன
இவையும் எனக்குச் சொந்தம் தான்
இறப்பு தள்ளிப்போவதை என்னால் நன்கு உணர முடிகிறது
மருந்துபுட்டிகள் என்னறையில்
இறப்புடன் போராடிக் கொண்டிருக்கின்றன
இயற்கையின் தரிசனத்தில்
உவகையோடு வாழ்ந்துவிடுகிறேன்
மூலிகைச் சாறின் போத்தல் திறந்தே கிடக்கிறது.

அய்யப்ப மாதவன்

28. இளம் காதல்

பால் நிலவின் ஒளி விழித்துக் கிடக்கிறது
அமைதியில் வெளிச்சக் கீற்றுகளில் கீற்றாய்
உன் ஞாபகம் குறுக்கிடுகிறது
இருட்டில் ஒரு பறவை வானின் கீழ்
தன் கூடு தேடி பறந்து செல்வதைப் போல
உன் குடில் தேடி வரத் தோன்றுகிறது
நட்சத்திரங்களின் சிமிட்டல்கள்
எனை நோக்கி நீந்தும்
உன் கண்களை நினைவூட்டுகின்றன
ஏதும் அறியாச் சிறுவன் போல
உன்னைக் காணாத தடுமாற்றத்தில்
பிதற்றுகிறேன்
இரவில் கரையும் காகத்தைப் போல
கரைந்து உன்னை அழைக்கத் தோன்றுகிறது
எட்டாத தொலைவிலிருக்கும்
உன்னிடம் என் குரல் போய்ச் சேர்வது
சாத்தியமில்லை
நடுநிசியில் சத்தமிடாத நகரத்தின்
அகாலத்தில் உன்னை நான் மட்டுமே
யோசித்துக்கொண்டிருக்கிறேன்
நீயும் விழிகள் மூடாது
என் பிம்பத்தில் உறைந்திருப்பாய்
நம் இருவரின் வெளிகளிலும்
பால்நிலவின் ஒளி ஒன்றுபோலவே
விழித்திருக்கும்
இளம் காதலியின் முன்பு
விழுகிறது
யாவும்

29. வெற்றுத் தூண்டில்

என் மனசாட்சி என் முன் என்னைப் போன்ற
நான்கு உருவங்களாய்த் தோன்றி
என் தவறுகளைச் சுட்டுவதில்லை
ஒன்றே ஒன்றுதான்
அது அப்படி இப்படி என்று மட்டுமே யோசிக்கிறது
ஒன்றில் சறுக்கி விழுந்து தடுமாறுகிறது
மற்றொன்றில் நீந்தி உவகை கொள்கிறது
யாராவது நான்கைந்து மனசாட்சிகளுடன்
பேசினால் சொல்லுங்கள்
நானும் கற்றுத் தேர்ந்து
என்னை பரிபூரண மனிதனாய்
மாற்றிக்கொள்வேன்
நீங்களும் ஒற்றை மனசாட்சியுடன்
போராடுபவரெனில்
ஒதுங்கிச் செல்லுங்கள்
நானும் நீங்களும் ஒன்றுதான்
பெரிதாய் மாற்றம் நிகழாத பூமி
அலுப்பின் மீது சுழன்றுகொண்டிருக்கிறது
மையத்தில் நின்று கெக்களிக்கின்றன
புழுவைத் தின்று விட்ட
வெற்றுத் தூண்டிலை
பார்வையிடுகிறேன்.

அய்யப்ப மாதவன்

30. ஒரு ஓட்டு

ஒருத்தன் இரட்டை இலை வைத்திருக்கிறான்
ஒருத்தன் சூரியன் வைத்திருக்கிறான்
ஒருத்தன் டார்ச் லைட் வைத்திருக்கிறான்
ஒருத்தன் குக்கர் வைத்திருக்கிறான்
ஒருத்தன் விவசாயி வைத்திருக்கிறான்
ஒருத்தன் கை வைத்திருக்கிறான்
ஒருத்தன் பம்பரம் வைத்திருக்கிறான்
ஒருத்தன் கருக்கருவாள் வைத்திருக்கிறான்
ஒருத்தன் பானை வைத்திருக்கிறான்
ஒருத்தன் தாமரை வைத்திருக்கிறான்
நான் ஒரு ஓட்டு வைத்திருக்கிறேன்.

31. எங்கோ தொலைந்துகொண்டிருக்கிறார்கள்

சாப்பிடும் இரவு உணவின் மீது
ரத்தத் துளிகள் விழுகின்றன
யாரோ எங்கோ
சண்டையிட்டுக் கொண்டிருக்கிறார்கள்
குழந்தைகள் அழுது கதறுகிறார்கள்
அவர்கள் உடல் எங்கும் ரத்தம்
நான் கண்களை மூடிக்கொண்டு கதறுகிறேன்
அந்தப் போர் விமானங்களை திரும்பிப் போ
என்று சொல்கிறேன்
என் குரல் அவர்களுக்கு கேட்கவில்லை
போரைத் தொடங்கியிருக்கும்
அவர்களுக்கு அந்த நிலம் வேண்டும்
அதற்கு அந்தக் குழந்தைகள் செத்துப் போவது
பற்றி அக்கறை இல்லை
அவர்களுக்கு அந்த நிலத்தின் மனிதர்கள்
அடிமையாக வேண்டும்
அதற்காக அவர்கள்
பீரங்கிகளை பயன்படுத்துவார்கள்
உயிர்களைக் கொன்று புதைப்பார்கள்
என் இரவு உணவின் மீது ரத்தத் துளிகள்
விழுந்து கொண்டே இருக்கின்றன
புரியாத இரவில்
தலை குப்புறக் கவிழ்ந்து கிடக்கிறேன்
நான் தெரிந்து கொள்ளாத அந்த நாடு
எரிந்து கொண்டிருக்கிறது
உலகம் ஒன்று கூடி பேசிக்கொண்டிருக்கிறது
போரை நிறுத்துவதா தொடர்வதா என்று

அய்யப்ப மாதவன்

ரத்தம் என்றால் என்னவென்று
அறியாத குழந்தைகள் புரியாமல்
அழுது கொண்டிருக்கிறார்கள்
சாதாரண மனிதனாகிய நான்
இரக்கமற்ற போராளிகளின்
குணாதிசயம் பற்றி
அச்சத்தில் உறைந்திருக்கிறேன்
யாரோ எங்கோ
சண்டையிட்டுக்
கொண்டிருக்கிறார்கள்.

32. குரல்வளையைப் பூட்டி வை

யாருக்கேனும் அடிமையாக இரு
கை கட்டு வாய் பொத்து
உன் கிழிந்த தொப்பியை கையிலெடுத்து
முகமன் கூறு
அடி பணிந்து போ
குடும்பம் பிழைத்துக்கொள்ளும்
நீ தேவையில்லாமல் சாகமாட்டாய்
தெருக்களில் நடக்கையில் தலை குனிந்தே நட
உன்னை அபாயங்கள் சூழாது
உன் எதிர் கருத்துகளை
உனக்குள் வைத்து புதைத்துவிடு
ஆயுதம் ஏந்தி விடுதலைக்காய்
போராடுபவர்களை ஆதரிக்காதே
உன் குழந்தைகளைக் கொன்றுவிடுவார்கள்
நீ நாடு விட்டு நாடு ஓடி அகதியாக நேரிடும்
கள்ளத்தோணிகள் உன் உயிரைக் காப்பாற்றிவிடும்
ஆயினும் உன் சொந்த நாட்டை இழந்துவிடுவாய்
எப்போதும் உன் குரல்வளையைப் பூட்டி வை
ஏவுகணைகள் எப்போது எத்திசையிலிருந்து
வருமென்று தெரியாது
சமாதானங்கள் ஒரு போதும்
உன்னையோ உன் நாட்டையோ
காப்பாற்றாது
தெளிவாக இரு ஒரு அடிமையைப் போல
உன் தொப்பியை உன் எதிராளிகளின் முன்
அணிந்து சென்றுவிடாதே
அவர்களிடம் ஆயுதங்கள்
குவிந்து கிடக்கின்றன நண்பனே...

அய்யப்ப மாதவன்

33. ஆயகலைகள்

உன்னைக் காதலிக்க மறுத்தால்
தீவிர கோபம் கொள்வாய்
உன்னிடம் மலரின் நறுமணம் இல்லையென்றால்
ஏளனமாகப் பார்ப்பாய்
உன்னழகு பேரழகு இல்லையென்றால்
என்னை வைத்து கண் எடுக்காமல்
ஏன் பார்க்கிறாய் என்பாய்
நதி நீரைப் போன்ற மென்மை இல்லையென்றால்
ஒரு மலராக ஏன் வர்ணித்தாய் என்பாய்
உன் கண்கள் உயிரைத் தீண்டுவது
போலில்லையென்றால்
கொத்தும் பார்வைகள் என்று
ஏன் சொன்னாய் என்று கேட்பாய்
உன் இரவில் காமத்தினிடையே ஆயகலைகள்
அறிந்திருக்கவில்லையென்றால்
காமத்தின் தலைவி என்று ஏன் விளித்தாய் என்பாய்
உன் முத்தங்கள்
உணர்ச்சிகளைத் தாக்கவில்லையென்றால்
ஏன் அத்தனை கொடுத்தாய் என்பாய்
இரவில் சுடரும் நிலவின் ஒளியாக இல்லையென்றால்
நிலவே என்று ஏன் கவிதை எழுதினாய் என்பாய்
உன்னைக் காதலிக்க
உன்னை வர்ணித்ததெல்லாம் பொய்யென்றால்
இரகசியத்தில் நான் உனக்கு யார் என்கிறாய்.

34. நரகத்தின் கதவுகள்

திறந்து திறந்து மூடும் கதவுக்குள் சிக்கிவிட்டேன்
எங்கு போனாலும் அந்தக் கதவைத் திறந்து
சரணாகதி அடையாமல் இருக்க முடியவில்லை
அது ஒரு சூன்யக் கதவு
தப்பிக்க வேண்டுமென்று திட்டங்கள் போட்டாலும்
அந்தக் கதவு பிடித்து இழுத்து வைத்துக்கொள்கிறது
அதை உடைத்தெறியும் காலத்தில்
திறந்தே கிடக்கும் வேறொரு
கதவுக்குள் மாயமாகிவிடுவேன்
பிரார்த்தியுங்கள் நண்பர்களே
நல்ல மனம் கொண்ட அந்தக் கதவினுள்
நுழைந்து சுபிட்சமாகிவிட
மூடி மூடித் திறக்கும் நரகத்தின் கதவுகள் எங்குமுண்டு
எச்சரிக்கையாக இருங்கள்
இன்னும் அந்தக் கதவின் பற்களில்
சிக்குண்டு ரத்தம் வடித்துக்கொண்டிருக்கிறேன்.

அய்யப்ப மாதவன்

35. வாழ்க்கை வருகிறது

அவர்களுக்காகத்தான் சூரியன் வருகிறது
கொதிப்படைகிறார்கள்
அவர்களுக்காகத்தான்
நிலவு வருகிறது
குளிர்ந்து போகிறார்கள்
அவர்களுக்காகத்தான்
காற்று வீசுகிறது
சுவாசித்து இன்புறுகிறார்கள்
அவர்களுக்காகத்தான்
புயல் வருகிறது
நிதானம் இழக்கிறார்கள்
அவர்களுக்காகத்தான் மழை வருகிறது
நனைந்து நடுங்குகிறார்கள்
அவர்களுக்காகத்தான் பூகம்பம் வருகிறது
வெடித்துச் சிதறுகிறார்கள்
அவர்களுக்காகத்தான் வெள்ளம் வருகிறது
மூழ்கிப் போகிறார்கள்
அவர்களுக்காகத்தான் நெருப்பு வருகிறது
எரிந்து போகிறார்கள்
அவர்களுக்காகத்தான் காதல் வருகிறது
கண்ணீர் விடுகிறார்கள்
அவர்களுக்காகத்தான் வாழ்க்கை வருகிறது
போராடி மடிகிறார்கள்
அவர்களுக்காகத்தான்
எல்லாமும்
அவர்கள்தான் எல்லாமுமாய் இருக்கிறார்கள்.

36. நீண்ட சாலைகளுக்கு அப்பால்

அமைதியிலிருக்கும் புத்தனின் வார்த்தைகள் போல
உன்னிடம் பேச வேண்டியவை
ஆழ்துயிலில் உறைந்துவிட்டன
நேரில் கண்டு உன் முகம் பார்த்து
பேச முடியாமல் என் தனிமை
உன் சொற்களால் நிரம்பி
கனத்துவிட்டது
உன்னைப் பார்க்காது பார்வை குன்றிவிட்ட
என் கண்களை
சீக்கிரம் சரிசெய்து வை
ஊனமுற்ற என்னை
உன் தரிசனத்தால் நிவர்த்தி செய்
நீண்ட சாலைகளுக்கு அப்பால்
எங்கோ ஒரு தெருவில் வசிக்கும்
உன்னிடம் வரமுடியாமல்
ஒரு நத்தையைப் போல்
என்னிருப்பிடத்திற்குள்
ஊர்ந்துகொண்டிருக்கிறேன்
உன் கதவை வெகு சீக்கிரம் திறந்து வை
உன் தனித்த அறையில்
புத்தனின் மௌனம் கலைப்பேன்.

37. வரும் போகும்

அவர்கள் காட்டும் திசையில் எதுவுமில்லை
நிலவு இருப்பதாய் புளுகுவார்கள்
உன் வாழ்க்கை இருப்பதாய்
நம்பிக்கை ஊட்டுவார்கள்
வற்றாத ஜீவநதி இருப்பதாய்
கதையளப்பார்கள்
உன் சொர்க்கத்தின் வாசல்
அங்குதான் திறந்திருப்பதாய்
ஊக்கப்படுத்துவார்கள்
உன் வெறும் கையால்
உலகை அளக்கலாமென்பார்கள்
மாபெரும் உலகம் வேறொன்றாய் இருக்கிறது
உன்னுலகம் மற்றொன்றாய் இருக்கிறது
உன் பாதங்களின் திசைகளில்
உன் இருப்பு நீள்கிறது
திட்டமிடல் ஏதுமில்லா பயணத்தில்
உன் எல்லை எங்கு முடியுமென
சொல்வதற்கில்லை
நிலவு வரும் போகும்
உனக்கு ஒளியூட்டாது நண்பனே...

38. காற்றைக் கேள்

காற்றைக் கேள்
உயிர் வாழும் ரகசியத்தைச் சொல்லும்
காற்றைக் கேள்
எப்படி மென்மையாக இருக்க வேண்டும்
எனச் சொல்லும்
காற்றைக் கேள்
எப்படி ஓடியாடி விளையாட வேண்டும்
எனச் சொல்லும்
காற்றைக் கேள்
ஒன்றை எப்படி அழிக்க வேண்டும்
எனச் சொல்லும்
காற்றைக் கேள்
உன் காதலியை எப்படித் தீண்ட வேண்டும்
என்று சொல்லும்
காற்றைக் கேள்
எப்படி அமைதியாக இருக்க வேண்டும்
எனச் சொல்லும்
காற்றைக் கேள்
எப்படி உருவம் இல்லாமல் வாழ வேண்டும்
எனச் சொல்லும்
காற்றைக் கேள்
எப்படி ரவுத்திரமாய் இருக்க வேண்டும்
எனச் சொல்லும்
காற்றைக் கேள்
எப்படி ஊமையாக இருக்க வேண்டும்
எனச் சொல்லும்
காற்றைக் கேள்

எப்படி உயிரைப் பறிக்க வேண்டும்
எனச் சொல்லும்
காற்றைக் கேள்
நெருப்பை எப்படிப் பற்ற வைக்க வேண்டும்
எனச் சொல்லும்
காற்றைக் கேள்
உன்னை விட்டு பிரியும் நாளை
ஒரு போதும் சொல்லவே சொல்லாது.

39. மீண்டும் ஒரு நாள்

நல்ல வெயில் காலம் தொடங்கி விட்ட இரவில்
வட்ட நிலவில் குளிர்மை தெரியவில்லை
எப்போதும் பேசும் அவள் இன்று
புத்தரைப் போன்று மௌனத்தில் ஆழ்ந்திருந்தாள்
தனிமையின் மீது பகலின் சூடு பரவுகிறது
காற்றின் பாடல் மிகச் சன்னமாக கேட்கிறது
அவள் நினைவு என் ஆன்மாவை
ஒரு அரவம் போல் பின்னிக் கிடக்கிறது
இரவில் நுழைந்து வெளியை பார்க்கையில்
வெறுமை பூதாகரமாய் விரிந்து கிடந்தது
எப்போதும் போலவே
தனித்து கிடந்த நிலவினால்
எந்த ஆறுதலும் இல்லை
இருட்டில் உறங்கிவிட்ட பறவைகள்
துளி சப்தம் எழுப்பாமல் இருந்தன
செய்வதறியாது என்னை
நானே பார்த்துக் கொண்டபோது
எனக்கு நான் ஏன் என்று தோன்றியது
யாரையும் காணாத இரவில்
நான் என்னுடன் பேசிக் கொண்டிருக்கும்
ஒரு பைத்தியமாக இருந்தேன்
விடியல் வரும் வேளை
வெயில் பாயத் தொடங்கிவிடும்
மீண்டும் ஒரு நாள் மீண்டும் ஒரு நாள்
வந்து கொண்டே இருக்கப் போகிறது.

40. தன்யன்

எதிர்பாராத தருணம் ஒன்றில்
எதிர்பாராத மூங்கில் மரக் கன்றுகள்
வளர்க்கவென வந்து விட்டன
பூமியின் பெரும் ஊற்றிலிருந்து கிடைத்த நீரினை
உண்ணக் கொடுக்கும் பணிக்கு
அமர்த்தியிருக்கிறது பிரபஞ்சம்
சிறுகுடுவைக்குள் உயிரை வளர்க்கும்
அதற்கு என்னிடம் பேசும் மொழி
எதுவுமில்லை
சோர்ந்த முகம் காட்டும் வேளை
அதற்கு நீர் வேண்டுமென உணர்த்தும்
ஏன் என்னிடம் பரிசுப்பொருளாய் வந்தன
என்று யோசித்தபோது
கருணைமிக்கவன் என்பதை
உணர்ந்துகொண்டேன்
நீரூற்றி நீரூற்றி உயிர் போஷித்து போஷித்து
பெரும் மரமாக வளர்ப்பேன்
அன்போ நெருக்கமோ நட்போ வெளிப்படுத்தாது
மரமாகிடும்வேளையில்
அதன் கிளைக்கு வரும் பறவை ஒன்றை
காட்சிப் பொருளாய் பரிசளிக்கும்
அப்போது நான் தன்யனாவேன்.

41. ஒருத்தன்

ஒருத்தன் குரலை வைத்துப் பிழைக்கிறான்
ஒருத்தன் கையை வைத்துப் பிழைக்கிறான்
ஒருத்தன் காலை வைத்துப் பிழைக்கிறான்
ஒருத்தன் மூளையை வைத்துப் பிழைக்கிறான்
ஒருத்தன் உடலை வைத்துப் பிழைக்கிறான்
ஒருத்தன் பிச்சை எடுத்துப் பிழைக்கிறான்
ஒருத்தன் அரசியல் செய்து பிழைக்கிறான்
ஒருத்தன் மதத்தை வைத்துப் பிழைக்கிறான்
ஒருத்தன் கடவுளைக் காட்டிப் பிழைக்கிறான்
ஒருத்தன் ஜாதியை வைத்துப் பிழைக்கிறான்
ஒருத்தன் இனத்தைச் சொல்லிப் பிழைக்கிறான்
ஒருத்தன் முதல்வராகிப் பிழைக்கிறான்
ஒருத்தன் பிரதமராகிப் பிழைக்கிறான்
ஒருத்தன் ஆளுநராகிப் பிழைக்கிறான்
ஒருத்தன் கவுன்சிலராகிப் பிழைக்கிறான்
ஒருத்தன் வார்டு உறுப்பினராகிப் பிழைக்கிறான்
ஒருத்தன் மாநகராட்சி மேயராகிப் பிழைக்கிறான்
ஒருத்தன் லஞ்சம் வாங்கிப் பிழைக்கிறான்
ஒருத்தன் ஊழல் செய்து பிழைக்கிறான்
ஒருத்தன் திருடிப் பிழைக்கிறான்
ஒருத்தன் கொள்ளையடித்து பிழைக்கிறான்
ஒருத்தன் விற்றுப் பிழைக்கிறான்
ஒருத்தன் ஏமாற்றிப் பிழைக்கிறான்
ஒருத்தன் கொலைசெய்து பிழைக்கிறான்
ஒருத்தன் கொலையாளியைக்
காப்பாற்றிப் பிழைக்கிறான்
ஒருத்தன் மோசம் செய்து பிழைக்கிறான்
ஒருத்தன் கூத்தாடிப் பிழைக்கிறான்
ஒருத்தன் உரைநடை எழுதிப் பிழைக்கிறான்
ஒருத்தன் மட்டும் கவிதை எழுதி
பிழைக்கத் தெரியாமல் மாய்கிறான்.

அய்யப்ப மாதவன்

42. நகரெங்கும் அலைகிறது

சூட்டிற்கு பயந்து
குடை பிடித்துச் செல்பவர்களைக் கண்டு
கேலியாய் கொஞ்சம்
தனக்குள் சிரித்துக்கொள்ளலாம்
வெயில் பயங்கரமாய் அடிக்கிறது
என்று சொல்பவர்களை
சட்டை செய்வதில்லை
ஈரம் காணுமிடமெல்லாம்
உள்நுழைந்து உறிஞ்சிவிடும்
அதன் பெரும் தாகத்தில்
கடலைக்கூட விட்டு வைப்பதில்லை
இப்போது அதன் பருவகாலம்
எதையும் பச்சையாய் ஈரமாய்
இருக்க விடுவதில்லை
தன் ஆணவத்தில்
தலைகால் புரியாமல்
நகரெங்கும் அலைகிறது
கெட்டதே செய்யும்
ஒரு மனிதனைப்போல் இருக்குமதை
எதிர்த்திட முடிவதில்லை
ஒரே ஆறுதல் அது அறியாமல்
தரும் நிழல் ஒன்றுதான்
கெட்டதிலும் ஒரு நல்லது.

43. கடவுள்

உள்ளங்கைக்குள் அணைத்தவாறு
நெருப்பை மெழுகில் சுமந்து செல்கிறீர்கள்
அது காற்று பட்டுப் பட்டு
அணைந்து போகப் பார்க்கிறது
ஆழ்மனமோ காற்றை மீறி
நெருப்பை கடவுளின் முன் தீபமாக்குகிறது
பீறிட்டு போராடி எரியும் ஒளி
கடவுளை ஒளியூட்டுகிறது
உள்ளங்கையில் அரவணைத்து
சுட்ட நெருப்பின் வலி மறந்து
தீபம் தந்த திருப்தியில்
கடவுளிடம் பணிகிறது அகம்
நெருப்பு தீபமாய் இருக்கும்வரை
கடவுள்கள் தப்பித்துவிடுவார்கள்.

44. இசைச்சொற்கள்

என்னிடம் பேச வேண்டிய வார்த்தைகள்
உன் நுனி நாக்கில் அமர்ந்திருப்பதை அறிவேன்
எப்போது அவை பறவைகளாய்ப் பறந்து வந்து
என் செவிகளைத் தீண்டுமென்று தெரியவில்லை
கனத்துவிட்ட என் தனிமையை
லேசாக்கும் மொழியையும்
நீயேதான் வைத்திருக்கிறாய்
கோடைகாலத்தின் சருகுகளைப் போல
முனகிக்கொண்டிருக்கும் என் மனதிடம்
உன் இசைச் சொற்களை எப்போது தருவாயோ அறியேன்
முழுநிலவின் இரவொன்றில்
உன் குரலை வாத்தியமாக்கி அனுப்பிவிடு
யாருமற்ற ஏகாந்தத்தில் பனிக்காலத்தின் நடுக்கங்களில்
குளிர்ந்துபோவேன்
வாட்டும் வெயிலில் நீரற்ற ஒரு தாவரம் போல
சுணங்கிக் கிடக்கும் என்னிடம்
உன் நீரூற்றுகளைத் திறந்துவிடு
தழைத்தோங்கி நிழல் பரப்பும் விருட்சத்தில்
உன் நினைவுகளை மீட்டிக்கொள்வேன்.

45. மலைக்கு போய்விட்டேன்

மரங்கள் எல்லாம் இலைகளை
உதிர்த்த சோகம் ததும்பிய பாதையில்
பயணிப்பதை விடுத்து
மலை உச்சிக்கு சென்றேன்
வாட்டிவதைக்கும் வெயில் அற்று
மிதமான குளிர் காற்றில்
எல்லா நினைவுகளும் அழிந்து
நினைவற்ற மனதுடன் ஒரு துறவியின்
ஞான நிலையில் வியாபித்திருந்தேன்
என் எதிரில் கசடுகளால் நிறைந்த உலகம் இல்லை
அப்பழுக்கற்ற இயற்கையின் பேரெழில்
என் முன் நிதானித்து இருந்தது
காற்றின் மெல்லிய இசையில்
என் இதயம் மிக மிருதுவான
காய்ந்த இலையைப் போல
மிதந்து கொண்டிருந்தது
மலையில் சூட்சுமங்கள் இல்லை
மலையில் தந்திரங்கள் இல்லை
மலையில் சூழ்ச்சிகள் இல்லை
மலையில் விரோதங்கள் இல்லை
மலையில் துரோகங்கள் இல்லை
மலையில் குரோதங்கள் இல்லை
மலையில் எதிரிகள் இல்லை
மலையில் மலையைப் போன்ற
அமைதி விரிந்திருக்கிறது
அமைதிக்குள் ஒன்றுமில்லை
அமைதிக்குள் இருக்கும் எனக்குள்ளும் ஒன்றுமில்லை
மலையைப் போன்று இருக்கத்தான்
மலைக்குப் போய்விட்டேன்.

அய்யப்ப மாதவன்

46. பெரிய பதற்றம்

ஓர் இலை வீழ்கிறபோது மரத்தில்
சிறு பதற்றமுமில்லை
ஒரு பூ வீழ்கிற போது
செடியில் சிறு பதற்றமுமில்லை
ஒரு மீன் வலையில் வீழ்கிறபோது
கடலில் சிறு பதற்றமுமில்லை
ஒரு நட்சத்திரம் எரிந்து வீழ்கிறபோது
வானில் சிறு பதற்றமுமில்லை
ஒரு மரம் வெட்டிச் சாய்க்கப்படுகிறபோது
நிலத்தில் சிறு பதற்றமுமில்லை
ஒரு வண்ணத்துப்பூச்சி செத்து வீழ்கிறபோது
வனத்தில் சிறு பதற்றமுமில்லை
உடையும் நீர்க்குமிழிகளால்
காற்றில் சிறு பதற்றமுமில்லை
வெயிலில் காய்ந்து போகும் குளத்தினால்
சூரியனுக்கு சிறு பதற்றமுமில்லை
கொலையாளிகளுக்கு செத்துப்போனவர்கள் பற்றி
சிறு பதற்றமுமில்லை
வெட்டியானுக்கு ஒரு உடலை எரிக்கிறோம்
என்ற சிறு பதற்றமுமில்லை
ஆனால்
பேசாமலேயே இருக்கும் உன்னால்
எனக்கு ஏன் இவ்வளவு பெரிய பதற்றம்
என்று புரியவில்லை.

47. சில மீன்கள்

என் அறை பிளந்து கடல் வருகிறது
கூரை அகன்று வானம் தெரிகிறது
நிலவின் கீழ் கடற்கரையில்
என் சுவடுகள்
தூரத்தில் ஒருவன் தன் வாழ்வைத் தேடி
வலை விரித்திருக்கிறான்
கையில் மதுக்குப்பியுடன்
போதையில் தனித்த இரவைப் பற்றிய
பாடலை இசைக்கிறேன்
நிலவும் என்னுடன் சேர்ந்துகொள்கிறது
நீளும் ஒவ்வொரு இரவின் சோகங்கள்
பற்றி பாடல்கள் இயற்றுகிறேன்
செவிமடுக்கும் நிலவும் லேசாய் கலங்கியிருக்கும்
கரை திரும்பும் மீனவன்
என் மதுவைக் கொஞ்சம் பகிர்ந்துகொள்ள
இப்போது மூவரும்
நடனத்திலிருக்கிறோம்
நடனங்களின் வழியே தனிமை வெளியேறி
வெகுதூரம் போய்விட்டது
எங்களின் வாழ்வு பயங்கள் தொலைந்துபோயின
விடியும் வரை கொண்டாடி
நிலவை அனுப்பி வைத்தோம்
நாங்களும் கலங்கவில்லை
நிலவும் கலங்கவில்லை
சில மீன்கள்
வலைப்பட்டிருக்கலாம்.

அய்யப்ப மாதவன்

48. தந்திரங்களின் வலை

மீன்களைப் பிடிக்க மீனவன் வலையின் வழியே
தந்திரம் செய்கிறான்
பறவையைப் பிடிக்க காட்டாபுல் வழியே
தந்திரம் செய்கிறான்
புலியைப் பிடிக்க கூண்டின் வழியே
தந்திரம் செய்கிறான்
அடிமைகளைப் பிடிக்க பணத்தின் வழியே
தந்திரம் செய்கிறான்
நிலத்தைப் பிடிக்க போரின் வழியே
தந்திரம் செய்கிறான்
நீரைச் சொந்தமாக்க அணைகளின் வழியே
தந்திரம் செய்கிறான்
வாக்கைப் பெற கையூட்டின் வழியே
தந்திரம் செய்கிறான்
கடவுளை வணங்க கோயிலின் வழியே
தந்திரம் செய்கிறான்
நாட்டைப் பிடிக்க மதங்களின் வழியே
தந்திரம் செய்கிறான்
சம்பாதிக்க குறுக்கு வழியில்
தந்திரம் செய்கிறான்
மரங்களை வெட்ட கோடாரி வழியே
தந்திரம் செய்கிறான்
எலியைப் பிடிக்க தேங்காய்ச் சில்லு வழியே
தந்திரம் செய்கிறான்
கொலை செய்ய ஆயுதங்களின் வழியே
தந்திரம் செய்கிறான்

வாழ்வைச் சிதைக்க துரோகங்களின் வழியே
தந்திரம் செய்கிறான்
வேதனையில் உழல தீமைகளின் வழியே
தந்திரம் செய்கிறான்
தந்திரங்களைப் பிடிக்கத்தான்
ஒரு வலையெனும் ரகசியத்தைக் காணவில்லை.

அய்யப்ப மாதவன்

49. இறந்துபோகும் காலம்

உருண்டு திரண்டு மெல்ல ஒரு கண்ணீர்த்துளி
இமை மீது தொக்கி நிற்கிறது
பிரிவின் நிமித்தம்
விலகிச் சென்ற நாளிலிருந்து
ஓய்வில்லாது விழிநீர்
மனதைப் பிழிந்து வெளியேறுகிறது
வெயில் படிந்த தாவரத்தின் வறட்சியைப்போல
உலர்ந்து வருகின்றது கண்களின் சுனை
ஈரமற்ற பாலைவனத்தின் மணற்துகள்கள்
போல உறுத்தும் வலியில்
கருவிழிகள் சிவந்து நோய்மையில்
வீழ்கின்றன
உன் சூழுகமான நட்பின் விரிசலில்
இதயம் தவம் கலைந்த ஞானியைப் போல
அல்லாடுகிறது
தூரமாய் செல்லச் செல்ல
உயிரின் வேர்களில் குருதியின் பாய்ச்சல்
குறைந்து வருகிறது
இறந்துபோகும் காலம்
அருகிருப்பதாய்த் தோன்றுகிறது
ஒரு முறையேனும் அருகில் வந்துபோ
முகம் கண்ட மகிழ்வில் கண்மூடுவேன் அன்பே...

50. போக்கு

பகல் அதன் போக்கில் இருக்கிறது
இரவு அதன் போக்கில் இருக்கிறது
காற்று அதன் போக்கில் இருக்கிறது
நெருப்பு அதன் போக்கில் இருக்கிறது
மழை அதன் போக்கில் இருக்கிறது
பூமி அதன் போக்கில் இருக்கிறது
ஆகாயம் அதன் போக்கில் இருக்கிறது
காலம் அதன் போக்கில் இருக்கிறது
வாழ்க்கை அதன் போக்கில் இருக்கிறது
மரணம் அதன் போக்கில் இருக்கிறது
அது அது அதன் போக்கில் இருக்கின்றன
நீங்கள் உங்கள் போக்கில் இருக்கிறீர்கள்
நான் என் போக்கில் இருக்கிறேன்.

51. பால்வெளி

காற்றைவிட மெலிதானது உன் தேகம்
உன்னைத் தொட நெருங்கும் போதெல்லாம்
ஒரு பூவின் மென்மையை உணர முடியும்
இரவுக்கு வலிக்காதவாறு
இரவின் மீது என் பாதங்களை
உன்னை நோக்கி மெல்ல எடுத்து வைப்பேன்
ஒரு தியானத்தின் மனநிலையோடு
மௌனத்தில் ஆழ்ந்திருந்து
உன் மடிமீது தலை சாய்ப்பேன்
ஓர் இளம் தாவரத்தின் மென் தண்டில்
தலை வைத்ததுபோல் இருக்கும்
காற்றும் ஒரு துளிர் இலையும் புணரும் வேளையில்
மெல்லிய காமத்தின் இமைகள்
மெதுவாய் அசைந்து திறக்கும்
மேகம் நீங்கிய குளிர்ந்த நிலவின்
பால்வெளியில் நனைந்தபோது
உன் நாணத்தில் கசிந்த புன்னகையில்
என்னைத் தொலைத்துவிடுவேன்
இரவெங்கும் ஒளிரும் நட்சத்திரங்கள் போல
உன்னில் நானும் என்னில்
நீயும் ஒளிர்வதைத் தவிர
வேறேந்த அற்புதமும் நிகழ்ந்திருக்கவில்லை
மெலிதான உன் தேகத்தில் பதற்றத்துடனேயே
இருந்துகொண்டிருப்பேன் அன்பே...

52. ஒரு சிரிப்பு

ஒரு சிரிப்பை உருவாக்கிக்கொண்டே
இருக்க விரும்புகிறீர்கள்
அது நகைச்சுவைக்கானது அல்லது
நய்யாண்டிக்கானதாக மாறுகிறது
ஒரு சிரிப்பை மறைத்துக்கொண்டு
முகங்களில் வெறுமையையும்
சுமந்துகொண்டும் இருக்கிறீர்கள்
முட்டிக்கொண்டு வருமதை
நிறுத்தப் பார்க்கிறீர்கள்
அல்லது எதிராளி நோகுமளவிற்கு
வெடிச் சிரிப்பாய் சிரித்து தொலைத்துவிடுகிறீர்கள்
மனதுக்குள் சிரிக்கும் கலையையும்
கற்று வைத்திருக்கிறீர்கள்
அது உங்களுக்குள்ளேயே வினை புரிந்து
யாருக்கும் தெரியாமல் மறைந்து போகிறது
சிரிப்பில் கசிந்துவிடும் சிரிப்பும் உண்டு
அது சிறிய கிண்டலுக்கான தொனியாக அமைந்துவிடும்
நாணிச் சிரிப்பதில் கைதேர்ந்தவர்களாய் இருக்கிறீர்கள்
அது காதலைத் தூண்டிவிடுகிறது
அல்லது மயக்கத்தைத் தருவிக்கிறது
ஒரு சிரிப்பு அழுகைக்கு எதிரானது
மேலும் அதை கண்மூடித்தனமாக
பிரயோகித்தல் ஆபத்தானது
ஆகையால் அதுவொரு ஆயுதமெனக் கொள்ளுங்கள்.

அய்யப்ப மாதவன்

53. மறைந்திருக்கும் பாடல்

ஒரு ரம்பத்தைக் கொண்டு வெட்டி
வீழ்த்திய மரத்தை அறுக்கிறீர்கள்
வாய் பேச வழியற்று உடலைத் துண்டாட
விட்டுக்கொடுக்கிறது அது
உங்கள் சௌகரியத்திற்கு
அதை வேறொரு வடிவத்திற்கு
எடுத்துச் செல்கிறீர்கள்
எதிர்வினை அறியாது வலியதின் கையில்
மெதுவாய் உயிர் போக்கிக்கொண்டிருக்கிறது
அது நாற்காலி ஆகுமெனில்
அதில் காலைத் தூக்கிப்போட்டுக்கொண்டு
சொகுசை அனுபவிப்பீர்கள்
அது அப்பவும் உங்கள்
சுமையைப் பொறுத்துக்கொள்ளும்
சற்று முன்பு அந்த மரத்தில்
ஒரு பறவை பாடியதை
பார்த்திருக்க மாட்டீர்கள்
வெட்டிய மரத்தின் நினைவில்
அந்தப் பாடலும் மறைந்திருக்கும்.

54. புதிர் ஆட்டம்

விபரீதங்களின் விளையாட்டில்
அலைக்கழிக்கிறது காலம்
ஒரு காயை நாம் நகர்த்த
அதுவொரு காயை எதிராக நகர்த்துகிறது
இந்தப் புதிர் ஆட்டத்தில்
தோற்பதற்கான சாத்தியங்களே
நிரம்பித் ததும்புகின்றன
கட்டங்களுக்கிடையே சூதுகள்
தானாகவே தன் இயல்பில்
மேலெழும்பி வருகின்றன
அதன் முன் சறுக்கல்கள்
தவிர முனைப்புகள்
மீளா முடியா சதுப்பு நிலமாகின்றன
நரகமயமான பூமியில்
சொர்க்கத்தின் சாவிகள்
புதையுண்டு போய்விட்டன
பயணங்களிடையே
பெரும் மலைகள் ஏவிவிடப்படுகின்றன
நசுங்கும் குரல்வளையில்
சாத்தானின் கைத்தடங்கள் ஆழப் பதிந்துவிட்டன
உன் குரல் இனி உனக்கே கேட்காது என்பது
எவ்வளவு பெரிய துயரம் நண்பனே...

55. ஞானம்

இரவு உறங்கும் வேளை புத்தனைப் போல
தியானத்திற்கு செல்கிறேன்
விடியலில் அதன் சமநிலை குலைகிறது
நரகத்தின் உப்புக்காற்றில்
உடலும் மனமும் சீர்கெடுகிறது
பகலில் தென்படும் காட்சிகளில்
சோகங்கள் மேலெழுகின்றன
ஒரு நாய்க்குட்டி பேருந்தில்
அடிபட்டு உயிர்விடப் போகிறது
மரங்களிலிருந்து இலைகள்
கூட்டம் கூட்டமாய் வீழ்கின்றன
கண் தெரியாதவன்
குச்சியைத் தட்டித் தட்டிச் சாலையைக் கடக்கிறான்
யாரோ எதுக்காகவோ கதறி அழுகிறார்கள்
ஒருவன் அகால மரணமடைந்திருக்கிறான்
ஒரு தாய் தன் குழந்தைகளை
கழுத்தை அறுத்துக் கொன்றிருக்கிறாள்
தனித்திருக்கும் இரவில் அமைதியின் உருவங்கள்
தவிர வேறேதும் தெரியவில்லை
புத்தன் இரவுகளில் கைகோக்கும் பொழுது
என்னை நானே தொலைத்துக்கொள்கிறேன்
அப்போது ஞானத்தின் மீது என் தலையணை.

56. பிரிந்த இறகுகள்

ஓர் இறகை வைத்து காது குடைகிறார்கள்
அது சிதைகிறது
அதன் ஒழுங்கு கலைகிறது
காதினுள் அழுக்கின் தொந்தரவு
பிரதானமாய் இருக்கும்போது
குடைவது குறிக்கோளாகி
ஓர் அழகை
ஒரு பறவையின் பறத்தலை
வைத்து குடைந்துவிடுகிறார்கள்
சத்தங்கள் தெளிவாய்க் கேட்ட பின்
அவ்விறகின் மீதான அக்கறை
தொலைந்துபோகும்
பறவையில் பிரிந்த இறகுகள்
கைவிடப்பட்டு ஆண்டுகளாயிற்று.

57. ஓர் இலை

பழுத்த இலை மீது அமர்ந்திருக்கும் வெயில்
இலையால் வெயிலின் குரூரத்தை
விரட்ட முடிவதில்லை
உக்கிரமாய் உக்கிரமாய் வெயில் அடிக்கிறது
பழுத்து காய்ந்த வண்ணமிருக்கிறது இலை
வெயிலின் ஆக்கிரமிப்பில்
உலகமே சுருண்டு இருக்கையில்
ஒரு இலை மட்டும் எப்படி
தப்பிவிட முடியும்
ஓரிடம் விடாது ஊடுருவிப் பாய்ந்து
அந்திமத்தில் சூடு தணிந்து இலையிலிருந்து
மெல்ல விலகுகிறது அது
இலையென்ற வடிவத்திலிருந்து
தொலைந்திருந்தது இலை
இன்னும் இன்னும் அமர்ந்துகொள்ள
பழுத்த இலைகள் கிடைக்கும்
வெயிலுக்கு
இன்பம் நுகரும் காலம்.

58. சாகசம்

ஆ ஊ எனப் பேசும் குழந்தை
பிறகு அம்மா என்று ஆரம்பித்து
அப்பா சித்தப்பா மாமா சித்தி
எனச் சொல்லத் தொடங்கி
ஒரு முழு நீள உரையாடலுக்கு
வரும்போது
கெட்ட வார்த்தைகள் பழகி
நீண்ட வாக்கியங்களில்
மனிதனாகி புறம்பேசி பொய் பேசி
அவதூறு பேசி
அசிங்கமாய்ப் பேசி
இகழ்ந்து பேசி
புரட்டு பேசி
நக்கலாய்ப் பேசி
ஆ ஊ எனப் பேசிய காலம் மறந்து
சொற்கூட்டத்தில் சிக்கி சுயமிழந்து
சாவதுதான்
குழந்தையாயிருந்த மனிதனின்
சாகசம்.

அய்யப்ப மாதவன்

59. நன்றிக் கடன்

வீட்டின் முன் தானாய் முளைத்திருக்கிறது
ஒரு கத்தரிச் செடி
இச் செடியின் விதை
யார் போட்டார்கள் என்பது
மர்மமாகத்தான் இருக்கிறது
நீர் ஊற்ற ஊற்ற
அது பூக்கிறது காய்க்கிறது
நீர் ஊற்றுவதை நிறுத்தாத வரைக்கும்
நன்றிக்கடனை காய்களைத்
தந்து தீர்த்துக் கொண்டுதான் இருக்கும்
நீருக்கும் செடிக்கும் ஒரு அன்னியோன்யம்
நீரூற்றும் எனக்கும் செடிக்கும்
கொடுத்து வாங்கும் சம்பிரதாயம்.

60. பட்டினப்பிரவேசம்

நீ நடந்து போ
உனக்கு கால்கள் உள்ளன
உன்னை ஏன் பல்லக்கில்
தூக்க வேண்டும்
கடவுளுக்கு சமமானவன்
என்று யாருமில்லை
கடவுளுக்கு தேகமில்லை
கடவுள் ஓர் அரூபம்
அதுவொரு புனைவு
கடவுளை பல்லக்கில் ஏற்றுவது
காலம் கற்பித்த பக்தி மார்க்கம்
உன்னை ஒரு போதும்
சகமனிதனாய்
தூக்கி சுமக்க முடியாது
நீ நட
கட்டளையிடாதே
பல்லக்கு தூக்கிகளுக்கு
வேறு வேலை இருக்கிறது.

அய்யப்ப மாதவன்

61. பேராபத்து

நதி செல்லும் பாதையில் மீன்கள்
பயணிப்பதைப்போல
வாழ்க்கை சொல்லும் பாதையில்
கடந்துகொண்டிருக்கிறேன்
தூண்டில்போடுபவன்
வரும் வேளையில் என் வாய்
அவன் முள்ளில் மாட்டிவிடக்கூடும்
அதன் பின் அவன் உணவுத்தட்டில்
என்னைப் புசித்துவிடுவான்
ஒருவேளை தூண்டிலுக்கு தப்பித்து
நதியின் அரவணைப்பில்
நீரில் வாழும் சுகத்தில்
ஆயுள் நீட்டிக்கக்கூடும்
திசைகளறியா பயணத்தில்
எப்போதும் எதுவும் நடக்கலாம்
நீந்திக் களிக்கும் நான்
தூண்டில் முன்
துன்பத்தையும் காண்கிறேன்
நதி வாழ்வெனில்
தூண்டில் பேராபத்து.

62. பாறைகள்

வழுக்கி விழுதல் எப்போதும் சாத்தியமானது
உனக்கு எதிராக பளிங்குத்தரைகள்
மழை பெய்த சதுப்பு நிலங்களும்கூட
காத்திருக்கின்றன
நீ ஈரக்கால்களுடன் நடக்கையில்
கவனத்துடன் இரு
அப்படி இல்லாத கணத்தில்
உன்னை அது சாய்த்துவிடும்
நடப்பது இயல்பாயிருக்கையில்
விழுவதும் இயல்பு
உன் மூளை மழுங்கி
உன் செயல் தடுமாறுகிறவேளை
பளிங்கும் சதுப்பு நிலமும்
உன்னைக் காவு வாங்கிவிடும்
முடிந்தவரை துணிபுடன் நட
வீழ்கிறபோது மண்டை சிதறாமல்
பார்த்துக்கொள்
உலகம் உன்னை கவிழ்த்துவிடும்
தந்திரங்களாலானது
அது பளிங்காலும் சதுப்பு நிலத்தாலும் ஆனது
உன்னை மல்லாக்கப் போட்டு மிதிக்கும்
எதிரிகள் உன் அருகில்தான்
ஈரம் உலர்த்தும் எண்ணத்திலிரு
சமதளத்தில் சீரிய நடையுடன்
உன் பயணமிருக்கும்
வழுக்கி விழாமல் பாறைகள் மீது
ஏறு நண்பனே...

அய்யப்ப மாதவன்

63. மரத்திலிருந்தோம்

வாழ்வாகிய மரத்தில் நீயும் நானும்
ஒரு காம்பில் தொக்கிக்கொண்டு
உலகைக் காண்கிறோம்
மெல்லிய காற்று வீசுகையில்
இதமாய் இருக்கிறது
பெருங்காற்றில் உடலசைந்து
விழ எத்தனிக்கிறோம்
விழுந்துவிடும் பயம் சூழ்ந்து மிரட்டுகிறது
இன்னும் விழாமலிருப்பதில்
இப்பூமியின் தரிசனங்களில்
பார்வைகள் குளிர்ந்துகொண்டிருக்கின்றன
கிளைகள் அசைந்து பேராபத்தை
தரும் முனைப்பில்
எப்போதுமிருப்பினும்
உதிரும் சிந்தனை மீறி
களிப்பிலும் துக்கத்திலுமிருந்து
கடக்கும் கணங்களின் அர்த்தம் விளங்காது
பொழுதுகள் கரைந்தோடுகின்றன
பிடி தளரும் காலம் வந்ததும்
சிறிய காற்றுக்கூட தாங்காது
மரம்விட்டு பிரியும் நேரம்
தோன்றுகிறது
சற்றுமுன் நீயும் நானும் அந்த
வாழ்வாகிய மரத்திலிருந்தோம்
நண்பனே...

64. இயந்திரம்

விடிகாலை முதல் இரவு தூங்கும் வரை
அவன் தேனீர் ஆற்றிக் கொண்டே இருக்கிறான்
அவன் அந்த வாகனத்தை
இயக்கிக் கொண்டே இருக்கிறான்
அவன் கல் உடைத்துக் கொண்டே இருக்கிறான்
சாக்கடை அள்ளிக் கொண்டே இருக்கிறான்
அவன் இயந்திரங்களைப்
பழுதுபார்த்துக் கொண்டே இருக்கிறான்
அவன் சந்தைக் கடையில்
ஓய்வு ஒழிச்சல் இல்லாமல்
வேலை செய்துகொண்டே இருக்கிறான்
அவன் ரோடு ரோடாய் கூவி
விற்றுக் கொண்டிருக்கிறான்
அவன் இயந்திரங்களின் ஊடே
ஒரு இயந்திரம் போல்
பணிபுரிந்து கொண்டே இருக்கிறான்
அவன் வயல்வெளிகளில்
உழுது கொண்டிருக்கிறான்
கதிர் அறுக்கிறான்
முதுகெலும்பு உடைய எல்லோரும்
எங்கும் வேலை செய்துகொண்டே இருக்கிறார்கள்
ஞாயிற்றுக்கிழமை தவிர மற்ற நாட்களில்
அவன் இயந்திரம் போல் ஆகிவிடுகிறான்
வேலை முடிந்து உருக்குலைந்து வெளியே வருகிறான்
அவனை அட்டையைப் போல் உறிஞ்சுகிறார்கள்
அவனுக்கு மிகக் குறைந்த கூலிதான்
அவன் பணிபுரியும் தொழிற்கூடம் பெரிதாகிறது

ஆலைகள் நகரெங்கும்
பெருகிக்கொண்டே இருக்கின்றன
ஓய்வு நாளை அவை
சக்கையாய் வெளித்தள்ளுகின்றன.

65. அன்னை தேசம்

எனக்குத் தெரியும் அது கிழிந்த ஆடை என்று ஆயினும்
அதை உடுத்தி தான் ஆக வேண்டும்
அதைவிட மோசமானது நிர்வாணம்
கிழிந்த ஆடையுடன் இருந்தால் கூட இரக்கப்படுவார்கள்
நிர்வாணமாக இருந்தால் கல்லை விட்டு எறிவார்கள்
யாரும் இல்லாது சாலைகளில் திரியும் எனக்கு
எச்சில் உணவுகளும்
ஒட்டுப் பீடிகளும்தான்
எனக்கு ஆதரவாக யாரும் இருக்கவில்லை
சமத்துவத்தின் பார்வை கொண்ட
ஒருசில மனிதர்களின்
கருணைமிக்க பார்வையே
எனக்கு ஆறுதலாய்
பசி போக்கும் வழியாய் இருக்கிறது
இரவுகளில் பாலங்களின் கீழ்
உறங்கும் அறையை தயார் செய்து கொள்வேன்
என் கிழிந்துபோன ஆடையே
எனக்கு போர்வையாக இருக்கும்
ஒவ்வொரு விடியலிலும்
நான் அனாதைதான்
என் குடும்பமும் என் தேசமும்
என்னைக் கைவிட்டு விட்டது
நான் நகரத்தில் தேநீர் கடை வாசலில்
வளர்ந்துகொண்டிருக்கிறேன்
என் அன்னை தேசமே...

66. காடு

எத்தனை வகை பறவைகள்
எத்தனை வகை மிருகங்கள்
எத்தனை வகை மரங்கள்
எத்தனை வகை மூலிகைத் தாவரங்கள்
எத்தனை வகை மலர்கள்
எத்தனை வகை கனிகள்
எத்தனை வகை தேனீக்கள்
தேன் கூடுகள்
எத்தனை வகை நீர்நிலைகள்
எத்தனை உயரமான மலைகள்
காடு வெற்று நிலமல்ல
பசுமைக்குடில்
காடு என் ஆதித்தாய்
என் ஆதிக்கடவுள்
காடு என் விடியல்
காடு என் உயிர்
காடு என் மூதாதை
காடு என் வேட்டைச் சமூகம்
காடு என் நண்பன்
காடு என் மரணம்
காடு என் பிரபஞ்சம்
எனதருமைக் காடே
உன்னை வணங்குகிறேன்.

67. ஒரு பிடி நெல்

ஒரு பிடி நெல் விதைத்தேன்
நீர் பாய்ச்சினேன்
பயிர் வளர்த்தேன்
காற்றிலாடி கவிதை பாடின
நெல் மணிகள்
அறுவடை முடிந்து
வீடெல்லாம்
மனமெல்லாம்
சிரிப்பெல்லாம் நெல்மணிகள்
ஒரு பிடி நெல்தான்
என் ஆதாரம்
என் இருப்பு
ஒரு பிடி போதும்
குறுநிலம் போதும்
வாழ்ந்து செல்வதற்கு.

அய்யப்ப மாதவன்

68. தாமரைகள்

நீராக இருந்துவிடும் போழ்தில்
வேர்கள் தீண்டி வனத்தை வளர்ப்பேன்
நீராக இருந்துவிடும் போழ்தில்
மீனினத்தை வளர்ப்பேன்
நீராக இருந்துவிடும் போழ்தில்
உன்னை சுத்தம் செய்வேன்
நீராக இருந்துவிடும் போழ்தில்
உன் தாகம் தீர்ப்பேன்
நீராக இருந்துவிடும் போழ்தில்
வசந்தத்தை மலர்விப்பேன்
நீராக இருந்துவிடும் போழ்தில்
வெள்ளப் பெருக்காகி
உன்னை அழிப்பேன்
நீராக இருந்துவிடும் போழ்தில்
மேகங்களாய் மிதந்துகொண்டிருப்பேன்
நீராக இருந்துவிடும் போழ்தில்
முற்றும் துறந்த புத்தனைப் போல்
அமைதியின் ரூபமாய் இருந்துகொள்வேன்
நீராக இருந்துவிடும் போழ்தில்
என் மீது தாமரைகள்
காற்றிலசையும்
பேரானந்தத்தில் மூழ்கி மறைவேன்.

69. திரும்பாத பறவை

சன்னலில் காற்றுடன் நிலவும் கசிகிறது
அறை வெறுமை மீது காற்றும்
ஒளித்துகள்களும் அமர்ந்திருக்கின்றன
எங்கிருந்தோ ஒரு பறவை இருள் மீது
உரசி கடந்து பறக்கிறது
அவ்வறையை
காற்றும் ஒளித்துகள்களும்
பறவைக் கண்களில் பட்டபோது
ஒன்றும் நிகழவில்லை
இருட்டின் கனம் கூடியபோதும்
மேலும் காற்று தீவிரமடைகிறது
ஒளித்துகள்கள் பெருகுகின்றன
வெறுமைக்கு பாரம் கூடியும்
அது அப்படியேதானிருக்கிறது
விரிந்து விரிந்து பெரிதாகும் அதனில்
மென்மேலும் காற்றும்
ஒளித்துகள்களும்
நிரம்புவது நிற்கவில்லை
கடந்துபோன பறவை அவ்வறைப்
பக்கம் திரும்பவே இல்லை.

அய்யப்ப மாதவன்

70. நினைவுப் பரிசு

அவர் நிறைய புத்தகங்களை வாசித்திருக்கிறார்
ஆகையால் அவர் நிறைய பேசுவார்
பெரும்பாலான இலக்கியக் கூட்டங்களில் உரை நிகழ்த்துவார்
மேடையில் அவருக்கு நினைவுப் பரிசுகள் வழங்குவார்கள்
அவர் அலமாரி முழுக்க
அவை அலங்கரித்துக் கொண்டிருக்கின்றன
ஆதலால் அவருக்கும் அவர் ஊருக்கும் பெருமை
ஆயினும் அவர் மளிகை கடை
கடன் தீர்ந்தபாடில்லை
அவ்வப்போது கடன்காரர்கள் அழைத்த வண்ணம் இருப்பார்கள்
சமாளித்து பேசுவதில் அவருடைய பொழுதுகள்
கழிந்து கொண்டிருக்கின்றன
ஒவ்வொரு மாத இறுதியிலும்
ஆழ்ந்த யோசனையில் இருந்து கொண்டிருப்பார்
கடன் வாங்குவது கடன் தீர்ப்பது
இதற்கிடையில் நினைவுப் பரிசுகள் பெறுவது
அவரது வாடிக்கையாகிவிட்டது
நம்மைப்போல் அவர் இரவுகளில் உறங்குவதில்லை
கொஞ்சம் மதுவுடன்
தபாலில் வந்த நூல்களைப் படித்துக்கொண்டிருப்பார்
அடுத்த நினைவுப் பரிசு
அவருக்கு தயாராகிக் கொண்டிருக்கும்.

71. வலை மீன்

நான் வருவதை நீ எட்டிப் பார்க்கும் வேளையில்
என் மீது குளிர்ந்த நதி பாய்ந்து செல்கிறது
ஒரு மீனைப் போல
குதூகலித்த நான்
நீ விரித்த வலைக்குள் வந்து விழுகிறேன்
உன் வலையென்பதால் நான் மாட்டிக்கொண்டதில்
துளி வருத்தமில்லை
உன் கையில் வந்துவிட்ட
என்னை உன் நீர் ஜாடியில்
வளர்த்துக்கொள்
உன்னருகில் இருந்துகொண்டே
என் காதலைத் தந்துகொண்டிருப்பேன்
என் ருசி வேண்டுமெனில்
என்னை நீ சமைத்துக்கொள்
அவ்வளவு சுவையாக இருப்பேன்
என்னை உண்டு மகிழ்
நானுன் வலையில் எப்போதும்
மீனாக இருப்பேன் அன்பே...

72. கண்களில் காய்ந்த இலைகள்

வசந்தம் வந்துவிட்டது என்று நம்பி
அவர்கள் அந்த மரத்தைச் சுற்றிச் சுற்றி வருகிறார்கள்
நிறைய பூக்கள் பூத்து இருப்பது போல் தெரிகின்றன
எல்லாமும் சற்று எட்ட முடியாத
உயரத்தில் தான் இருக்கின்றன
நிறைய கைகள் அவற்றைப் பறிக்க முயல்கின்றன
அந்த மரமோ மேலும் வளர்ந்துகொண்டே போகிறது
கிளைகள் எட்ட முடியாத உயரத்திற்கு செல்கின்றன
ஏமாற்றத்தில் விழுந்த கூட்டம்
செய்வதறியாமல் கைகளைப் பிசைந்து நிற்கின்றன
வசந்தத்தை அனுபவிக்கும் கூட்டம்
தன்னை நோக்கி நீளும் கைகளை
தட்டி விடுகிறது
கத்தியும் கதறியும் ஒன்றும் நடக்கவில்லை
மரம் அதன் போக்கில் உயர்ந்துகொண்டே போகிறது
பறிக்க நினைத்த கைகள் துவண்டு போய்விட்டன
அந்த மரத்திற்கு தலைக்கனம் வந்துவிட்டது
அந்த மரத்தை வெட்டி வீழ்த்த
இப்போதைக்கு வழியில்லை
வசந்தம் என்று நம்பியவர்களின் கண்களில்
காய்ந்த இலைகள் உதிர்ந்த வண்ணம் இருக்கின்றன.

73. காட்டுப் பறவை

அவன் வெளியே வந்துவிட்டான்
உலகம் மிகப்பெரிதாக இருக்கிறது
ஆஹா நிலவு முழுதாக தெரிகிறது
வானம் இவ்வளவு பெரியதா
காற்று திபுதிபுவென்று அவன் மீது வீசுகிறது
காற்றுக்கு இவ்வளவு வலிமையா
கால்கள் எங்குவேண்டுமானாலும் செல்கின்றன
அவனுக்கு மிகுந்த ஆச்சரியம்
நினைத்த திசையெல்லாம்
நடந்து நடந்து பார்க்கிறான்
பூமியின் எல்லையில்லா அழகு
விரிந்து விரிந்து செல்கிறது
ஒரு சிறிய அறைக்குள் ஜன்னல்
அளவிலான வெளிச்சத்தைக் கண்டிருந்தவன்
இப்போது முழு சூரியனை காண்கிறான்
அவன் காணும் வெளிச்சம்
எல்லையற்று நீண்டு செல்கிறது
கட்டுப்பாடுகள் அற்ற
ஒரு காட்டுப் பறவையைப் போல
அவனால் எங்கும் பறக்க முடிகிறது
அவனுக்கு பூட்டப்படாத இறகுகள் வாய்த்துவிட்டன
இனி அவனது தாய்ப்பறவை
அவனை அருகில் வைத்து
இரை ஊட்டும்
அவன் வெளியில் வந்து விட்டான்
அவன் திசைகளெல்லாம் திறந்தே கிடக்கின்றன.

அய்யப்ப மாதவன்

74. மழை முடிந்த அமைதி

இருண்ட மேகங்கள் உராய்ந்து நீர்த்துளிகள்
நிலம் நோக்கி வரும்பொழுதில்
நீ மழையின் உருவகத்தில்
என்னைக் காண காத்திருக்கிறாய்
மண் மீது விழுந்து பெருகும் மழைக்குளத்தில்
என் முகம் தோன்றும் மாயத்தில்
உன்னில் பிரவகித்த உணர்வுகளில்
உன்னைக் கரைந்துபோகச் செய்கிறாய்
இப்போது நீ நீயின்றிப் போய்
என் மாயப்பிம்பத்தில்
உருகிக் கரைந்து போகிறாய்
காற்றும் பறவைகளும்
நம் காதலின் ஆனந்தத்தில்
புதிதான இசைக்கோவையை
மீட்டுகின்றன
மழை முடிந்த அமைதியில்
மெல்ல நிகழ்காலம் திரும்பும் நீ
என்னைக் கண்டுவிட்ட திருப்தியில்
உனக்குள் வெட்கப்பட்டுக்கொள்கிறாய்
இருண்ட மேகங்கள் வெளுத்துவிட
மீண்டும் ஒரு மழைப்பொழுதின்
ஏக்கத்திலிருக்கத் தொடங்குகிறாய்
உன் நினைவில் நான் மழைத்துளிகளில்
தோன்றுவது எவ்வளவு பெருமிதம் அன்பே...

75. நடை பரிதாபத்துக்குரியது

எங்கே போய்க்கொண்டிருக்கிறீர்கள்
அந்தப் பழத்தோட்டத்தை நம்பித்தான்
போய்க்கொண்டிருக்கிறீர்கள்
அங்கு ஏற்கனவே நிறையப் பேர்
காத்துக்கொண்டிருக்கிறார்கள்
யாருக்கும் இன்னும் கனிகள் கொடுக்கப்படவில்லை
ஆனால் நீங்கள் போய்க்கொண்டுதான் இருக்கிறீர்கள்
பலனை அனுபவிக்காத வரிசையில்
இணையப் போகிறீர்கள்
என்ற அறிவு கூட இல்லாமல்
போய்க்கொண்டிருக்கிறீர்கள்
பழத்தோட்டத்தின் முதலாளி
உங்களுக்கு கனிகள் தருவதாக
வாக்கு கொடுத்திருப்பதாய்
நம்புகிறீர்கள்
ஆனால் நீங்கள் இணைந்துகொண்ட வரிசை
நகரப் போவதில்லை
உங்கள் குருட்டு நம்பிக்கை
எப்போதுமே ஒன்றுக்கும்
உதவாத நட்சத்திரங்கள் போல
ஜொலித்துக்கொண்டிருப்பது
விதியின் விளையாட்டு
என்பதை புரிந்துகொள்ள
உங்களால் முடிவதில்லை
பழத்தோட்டம் நோக்கிய
உங்கள் நடை பரிதாபத்துக்குரியது.

76. காற்று வந்துகொண்டிருக்கிறது

எவ்வளவு நம்பிக்கையோடு
அந்த மரத்தில் பச்சிலைகள்
காற்றில் அசைகின்றன
வாழும் காலம் சொற்பம் எனினும்
காற்றில் அதன் நடனத்தில்
இறந்துவிடும் சோகம்
துளியும் தெரிவதில்லை
எந்தக் கணத்தில்
உதிர்ந்து மடிந்துவிடும்
உணர்வுகள் அறியாது
அதன் இயல்பில்
கிளைகளில் ஆடிக் கொண்டிருக்கின்றன
நீயும் அந்த மரத்தில் தொக்கி நிற்கும் ஒரு இலைதான்
உனக்கோ விழுந்து மடிந்து விடும் பயம் இருக்கிறது
வாழும் ஆசை பெரிதாக நீள்கிறது
பேரழகான பூமியை விட்டு மறைந்து போக
உனக்கு விருப்பமே இல்லை
செத்துவிடும் பதற்றத்தில்
மாத்திரை மருந்துகளை உட்கொண்டு
உயிர்வாழ முயற்சிக்கிறாய்
தொக்கி நிற்கும் இலை என்பதை மறந்து விட்டாய்
உன்னை உதிர்த்து விட
அந்தக் காற்று வந்து கொண்டிருக்கிறது
நீ எங்கும் ஒளிந்து கொள்ள முடியாது நண்பனே...

77. பிரார்த்தனை

காய்ந்த நதியில் உலர்ந்த மீனைப்போல கிடக்கிறது
இந்த வாழ்க்கை
வறண்ட மேகங்களிலிருந்து
மழை வந்து விடப்போவதில்லை
எப்போது மாறும் இந்தப் பருவம்
ஆயுள் முழுக்க காத்திருந்தவனின் கைகளில்
ஈரமற்ற நிலத்தையே தந்திருந்தார்கள்
நெடியதொரு பயணத்தில்
தூக்கிச் சுமந்த கனவு ஒன்றை
மெய்ப்பித்திட அலைந்து கொண்டிருக்கிறான்
பாதைகளின் குறுக்கே
பெரும் பள்ளத்தாக்குகளில் விழுந்து
எழுகிறான்
கைப்பிடித்து தூக்கிவிட
அங்கு எந்தக் கொம்புகளும்
வரவில்லை
அவனாகவே விழுந்து
அவனாகவே எழுந்து
பாலைவனத்தின் ஒட்டகத்தைப் போல
சூடு தாங்கிச் செல்கிறான்
யாரோ ஒருவன் மழை பொதிந்த
மேகத்துண்டை சுமந்து வந்து
தரும் நாளில் கண்ட கனவை
நிகழ்த்துவான்
அதுவரை உலர்ந்த மீனாய் வற்றிய நதியில்
ஆகாயம் வெறித்துக்கிடப்பான்
அவனுக்காய் பிரார்த்தியுங்கள் நண்பர்களே...

78. திரும்பிப் போ

திரும்பிப் போ
என் நிலம் உன் கால்களை அனுமதிக்காது
உன்னால் என் மக்கள் பாழாகிக்கொண்டிருக்கிறார்கள்
என் மொழியைத் துடைத்தெடுக்கப் பார்க்கிறாய்
உன்னால் என் மொழியின் ஆன்மாவை
சிதைத்துவிட முடியாது
அது என் குருதியில் தோய்ந்த ஒன்று
உன் நாற்காலியை போட்டு
என் பூமியின் மீது அமர நினைக்கிறாய்
அதன் ரௌத்திரத்தில்
அது மண்ணோடு மண்ணாய் மக்கிப் போகும்
என் நிலப்பரப்பில் என் காற்றை
நீ சுவாசிப்பதே உனக்கு
அவமானகரமானது
போய்விடு இது
உன் கொண்டாட்டத்திற்கான இடமில்லை
உன் எதிரிகளின் கூடாரமிது
உன்னால் என் நிலத்தின்
ஒரு பிடி மண்ணைக்கூட அள்ள முடியாது
திரும்பிப்போ என் நிலம்
உன் கால்களை அனுமதிக்காது.

79. பூனைக்குட்டி

இப்பெருமுலகில் ஒரு சின்னஞ்சிறு பூனைக்குட்டி
யாருமின்றி தனித்துறங்குகிறது
ஒரு மரத்தின் நிழல் படிந்த படிக்கட்டில்
அதன் தலை கோதிவிட
தொடுவுணர்வின் வாஞ்சையில்
மேலும் மேலும் தலை சாய்த்துக் கொடுக்கிறது
யாருமற்ற நிலையில் விரல்கள் செய்யும்
மாயத்தில் அநாதை நிலை
மறைந்துகொள்கிறது
பரந்து விரிந்த பேருலுகத்தில்
எத்தனையோ உயிர்கள்
தனித்து வாழும் இப்பூனைக்குட்டியைப் போல
தடவிக்கொடுக்கும்
விரல்களுக்கென காத்திருக்கும் வேளையில்
நான் அங்கிருக்க
வேண்டுமெனத் தோன்றுகிறது நண்பனே...

80. குழந்தைத் தோழன்

பாவம் இந்தக் குழந்தை பொம்மை
தனித்துவிடப்பட்டுவிட்டது
விட்டுப்போன சிறுமியோ சிறுவனோ
அதே குழந்தைத் தோழன் வேண்டுமென்று
அடம் பிடித்துக்கொண்டிருக்கலாம்
சாலையில் இது போன்று படுத்துறங்கும்
அநாதைக்குழந்தைகளோடு
கூடுதலாய் இதுவொன்றும் சேர்ந்துகொண்டது
இப்படித்தான் கைவிடப்பட்ட மனிதர்கள்
யாரின் ஆதரவுமின்றி
சாலையோரங்களில்
உறங்கிக்கொண்டிருக்கிறார்கள்
யார் விட்டுச் சென்ற பொம்மையென்று தெரியாமல்
நானும் அதை கைவிட்டுச் செல்கிறேன்
ஒருவரையொருவர்
தவறவிட்டச் செல்லவே வாய்த்திருக்கிறது
இந்தப் பரிதாபத்திற்குரிய வாழ்க்கை.

81. வெளியில் நட

நீ சன்னலின் வழியே காணும் சூரியன் சிறியதல்ல
நீ வாழும் பூமியைவிட பெரியது
மிகச் சின்னதான உன் உலகில்
எல்லாமும் மிகச் சின்னதிலும் சின்னது
உன் மனம் உன்னிதயம்
உன்னுடல் யாவும் மிகச் சிறியது
நீயோ உன்னைப் பெரியவனாக
நினைத்துக்கொள்கிறாய்
உன் கட்டளைகளால் பூமியை
ஆள்வதாய் கற்பனை செய்கிறாய்
மிகப் பிரமாண்டமான இயற்கையில்
நீ வாழும் நிலத்தின் அளவு சில சதுரடிகள்
அதனுள்ளிருந்து ஒரு கடலைப் போல் ஆர்ப்பரிக்கிறாய்
காற்றைப் போல் வலிமைமிக்கவனாய் நடிக்கிறாய்
நெருப்பைப் போல் எரித்துவிடுவதாக சொல்கிறாய்
ஆகாயத்தைப் போல்
பரந்து விரிந்தவனாக உணர்கிறாய்
ஆனால் உன் சன்னல் வழியே
எல்லாம் சிறியதாகத் தோன்றும்
நீ மாபெரும் வெளியினூடே நட
நீ ஒரு பதர் எனப் புரியும்.

அய்யப்ப மாதவன்

82. நனைந்திருத்தல்

என் கரையில் உன்னைக் கண்டதும்
ஒரு நதியாய் உன்னைத் தீண்ட ஓடோடி வருகிறேன்
என்னில் உன் பாதங்கள் படுகையில்
மெல்ல சிலிர்த்து பரவசம்கொள்கிறேன்
ஆடைகள் களைந்து நீ என்னில்
முழுதும் இறங்குகையில்
உன்னைக் கவர்ந்திழுத்து
தீண்டிய இன்பத்தில் தகித்துப்போகிறேன்
உன்னை நனைக்க நனைக்க
ஆவியாகி காற்றோடு காற்றாய் மாறுகிறேன்
எத்தனை அழகை இத்தனை நாளாய்
பதுக்கி வைத்திருந்திருக்கிறாய்
உன் பேரெழிலில் பூமியின் வசீகரம்
எதுவெனக் கண்டுவிட்டேன்
அன்பே ஒரு போதும் கரையேறிவிடாதே
நதியாகிய என்னுள் எப்போதும் நனைந்திரு.

83. எதிர்க்குரல்

நீங்கள் எல்லோரும் புல்டோசரைத்
தூக்கிக்கொண்டு திரிகிறீர்கள்
எதிர்க்குரல் எழுப்பும் வீடுகளெல்லாம்
கடும் பதற்றத்திலிருக்கின்றன
வலை விரித்த கடலில்
மீன்கள் வாழ்வை இழக்க காத்திருப்பது போல
எதிர்க்குரல் எழுப்புவர்கள்
இருந்துகொண்டிருக்கிறார்கள்
எதிர்க்கடவுளை நிந்திப்பதை
கேள்விகள் கேட்டால்
புல்டோசர் அவ்வீடுகளை
குறி வைத்து நகர்ந்துவிடுகின்றன
இது அவர்களுடைய நிலம்
என்ற ஆணவத்தைக் கொண்டு
கொலைக்களத்தை உருவாக்குகிறார்கள்
இங்கு வீசும் காற்று முதல்
மழை
விளைச்சல் யாவும் அவர்களுக்கானது
என்ற மமதையில் சுற்றித் திரிகிறார்கள்
காற்றுக்கோ மழைக்கோ
இது புரிவதில்லை
வேதனையைத் தர வல்லது உங்கள் குணம்
ஒரு நாள் காலம் அதன் மீது புல்டோசரை ஏத்தும்
காற்று உங்களை சுழற்றி வீசும்
மழை உங்களை வெள்ளத்தில்
மூழ்கச் செய்யும்
எதிர்க்குரல் உங்கள் குரல்வளை மீது உருளும்
புதிய உலகில் புல்டோசர்கள்
விற்பனைக்கு வந்திருக்காது.

அய்யப்ப மாதவன்

84. உன் மரணம்

ஒரு படகைக் கொண்டு
என்ன செய்வீர்கள்
நீரினிடையே ஓட்டி மகிழ்வீர்கள்
நீருக்கோ ஒன்றும் தெரியாது
தக்கையான பொருட்களை
மிதக்கச் செய்யும்
அது அதன் குணம்
அதைப் பயன்படுத்துவீர்கள்
பெருங்கடல் சீற்றத்தில்
படகை நம்ப முடியாது
அது அலையற்ற நீரில் மிதக்குமே ஒழிய
பொங்கும் கடலில் கவிழ்த்துவிடும்
ஒரு படகைக்கொண்டு
பெரும் நீர்நிலையை
அனுபவிக்கும் நீங்கள்
அதனாலேயே இறந்தும்போவீர்கள்
ஒரு படகைக்கொண்டு நீங்கள்
கரைக்கு வரவும் முடியும்
கரைக்குத் திரும்பாமல் காணாமல்
போகவும் முடியும்
கரையிலிருந்து கிளம்பும் நீங்கள்
கரைக்குத் திரும்ப ஏதுவாக
நீர் மூர்க்கத்திற்கு செல்லாதிருக்க வேண்டும்
உன் படகு உன் வாழ்க்கை
உன் மரணம்.

85. ரயில்

நீ கிளம்பிவிட்ட ரயிலின் ஜன்னலோரத்திலிருந்து
நின்றுகொண்டு உன்னை வழியனுப்பிய துக்கம்
கொடிய வெயிலைப் போலிருக்கிறது
ரயில் உன்னைக் கூட்டிச் சென்றபின் ஓர் அநாதை உணர்வில்
நீயில்லாத வெறுமையை பிரதிபலித்த தண்டவாளங்களை
அதிர்ந்து பார்த்துக்கொண்டிருக்கிறேன்
என் நினைவின் சுமை அழுத்த போய்க்கொண்டிருக்கும்
உன்னில் என் ஞாபகங்கள்
ரயிலின் இரைச்சலாய்க் கேட்டுக்கொண்டிருக்கும்
நானில்லாத உன் ரயில் பயணம்
உன் பிரிவின் துயரைக் கூட்டியிருக்கும்
கலங்கிய உன் விழிகளில்
என்னைக் கண்ணீர்த் துளிகளாய்
உகுத்திருப்பாய்
ரயிலின் எச்சரிக்கை ஒலியில்
உன் அழுமோசை கலந்து கேட்கிறது
ரயில் நிலையத்திலிருந்து விடுபட முடியாமல்
கையசைத்து நீ விலகிய போதிருந்த
உன் சோர்ந்த முகத்தின் நினைவில்
அங்கேயே நின்றிருக்கிறேன்
கடந்துவிட்ட ரயில் என் மீது
ஏறிச் சென்றுவிட்டது போலிருக்கிறது.

அய்யப்ப மாதவன்

86. சிதறிக் கிடந்த பூக்கள்

நீ நடந்த வழியில் சிதறிக் கிடந்த பூக்கள்
உன் பாதங்களின்
மென்மையைச் சொல்லிக்கொண்டிருந்தன
நீ நடக்கும் திசையெங்கும் வீசும் காற்றில்
ஈரப்பதம் கூடியிருந்தது
சாரல் மழை உன் மேலாடைகள் நனைத்து
பொந்நிற மேனியின் வனப்பை
வரைந்துகொண்டிருந்தது
முதுவேனிற்காலம் முடிகிற தருவாயில்
மழைப்பருவத்தின் தொடக்கத்தில் மழைநீரில் பட்டு
மேலும் உன் நிறம் மினுமினுத்தது
மழைக்காலத்தின் செழிப்பில்
பூத்த காடுகளின் நறுமணத்தில்
நீயும் கமழ்ந்துகொண்டிருந்தாய்
வசந்தம் பெருகிய நாட்களில்
கூடித் திரிந்த வண்ணத்துப்பூச்சிகளின்
மகிழ்வில் பூரித்திருந்தாய்
பனிக்காலம் முழுவதும் உன் வெப்பம்
தேடிய உடலில் என் கண்கள் பதிந்தன
ஒரு சூரியனின் தகிப்புடன் உன் ஆடையாக
மாறியவேளை இரவுகளின் இமைகளில்
நம் பனித்துளிகள் தெறித்தன
உன் பூந்தளிர் மேனிக்குள்
பனியை உருக்கும் இளம் வெப்பமாய்
இருந்துகொண்டேன்
நீ நடந்த வழியில்
சிதறிக் கிடந்த பூக்கள் நான்தான்...

87. ஒரு காகம் ஓர் ஆந்தை

ஒரு முடிவற்ற அகாலத்தில் பறந்து கொண்டிருந்தது
அந்தப் பறவை
இருட்டின் மீது கூர்ந்த ஒளியை
தொலைதூர நட்சத்திரங்கள்
கவிதைகளாய் வரைந்து கொண்டிருந்தன
அவன் ஒரு நத்தையை போல் நகரின் மீது
ஊர்ந்து சோர்ந்து
தலைகுப்புற விழுந்து கிடந்தான்
அந்தியில் ஒளிர்ந்த பொழுதுகள்
நம்பிக்கைகளின் வரிகளை எழுதிச் சென்றிருந்தன
தூரத்தில் கேட்கும் நதியின் சலசலப்பில்
மீன்களின் பாடல் சன்னமாய் கேட்டது
ஒரு குருடன் இசைக்கும் இசையில்
பார்வைகள் உதிர்ந்தன சாலைகளில்
பகலின் வெளிச்சத்தில் எழுதப்பட்ட சொற்கள்
துடுப்புக்களை நீரில் அசைக்கும்
வல்லமையைத் தந்தன
ஆலயங்களில் அடிபணிந்து கிடந்தவர்கள்
கடவுளை தனியே விட்டுவிட்டு வெளியேறிவிட்டனர்
கோயில் மணியின் ஓசை எழும்பாத பொழுதுகளில்
பட்சிகளின் பாடல்கள் தெளிவாகக் கேட்டன
தனிமையில் விதிர் விதிர்த்து கிடக்கின்றன இரவுகள்
ஜாமம் நெருங்கும் வேளையில்
ஒரு காகம் அலறி மறைந்தது
ஒரு முடிவற்ற அகாலம் எப்போதும் விழித்து இருந்தது
ஆந்தையின் கண்களில்.

88. கடல் நீலம்

என்னை விட்டு வெகு தூரம் சென்று விட்டது கடல்
ஈரம் பொதிந்த உப்புக்காற்றும்
மீன்பிடிப் படகுகளின் கவிச்சியும்
கடலை வியக்கும் கூட்டமும் இல்லாது
தனித்த பொட்டல் காட்டில்
என்றோ கண்ட கடலின் ஞாபகங்களில்
கால் நனைத்துக்கொண்டிருக்கிறேன்
மாலை நேரத்து பொன்னிறவானமும்
கடலில் விழுந்து புரளும் நிலவும்
காணாது கண்கள் சோர்ந்துவிட்டன
என் தனிமையின் ஆழத்தில் கடல்கள்
அலையெழுப்புவது கேட்ட வண்ணமிருக்கிறது
உறக்கத்தின் மத்தியில்
அதனுள் இறங்கி நீந்திக்கொண்டிருப்பேன்
கடல் ஒரு காதலியைப் போல்
முத்தமிட்டுக்கொண்டிருக்கும்
அங்கு மிதக்கும் ஒரு படகில்
எல்லையற்ற நீர்வெளியில்
நிலவின் ஒளியாக ஒளிர்ந்துகொண்டிருப்பேன்
கடலைவிட்டு வந்த ஏக்கத்தில்
மிகப் பரந்து விரிந்த
தீர்ந்து போகாத கவிதையை
எழுதிக்கொண்டே போகிறேன்
பேனாவில் உப்பு ஊறி
கடலின் நீலத்திற்கு மாறிவிட்டது.

89. மின்மினிகள்

இருள் நிறைந்த நகரில் உன் வெளிச்சத்தைத் தேடுகிறாய்
அது பதுங்கிப் பதுங்கி விளையாட்டுக் காட்டுகிறது
இடைவிடாத போரில்
ஒளியின் திசையறிந்து செல்கிறாய்
அது இருப்பது போல் பாசாங்கு செய்கிறது
எட்டிப் பிடித்துவிட்டதாய் நினைக்கையில்
அது உன் கைநழுவிப் போகிறது
அதோ பல்வேறு திசைகளில்
இருந்துகொண்டு உன்னை அலைக்கழிக்கிறது
துவண்டுவிடாது அதனருகே அதனருகே செல்கிறாய்
அது மாயமாய் மாயமாய்
மறைந்து போகிறது
உள்ளங்கை திறந்தபோது உனக்காய்
ஒரு மின்மினி ஒளிர்வதைப் பார்க்கிறாய்
உன்னிலே ஒளி உண்டென்பதை உணர்ந்த நீ
உனக்குள் மின்மினிகளைத் தோற்றுவிக்கிறாய்
ஒளிதேடும் படலம் இனி இல்லை என்றானபோது
உன்னைச் சுற்றி மின்மினிகள்
பறந்துகொண்டிருந்தன.

90. நான் உன் உறக்கம்

நீ உறங்காத வேளையில்
உன் இதயத்தைத் திறந்துகொண்டிருப்பேன்
உன்னில் பெருங்காற்று
நுழைந்தது போல் எழுந்துகொள்வாய்
பரந்து விரிந்து கிடக்கும்
உன் தனிமையைச் சுற்றி
என் நினைவுகள் அலையெழுப்பிக்கொண்டிருக்கும்
உன் கண்களில் படும் யாவிலும்
என்னுருவம் பார்த்து வெட்கித்துக்கொள்வாய்
நீ தொடும் பூவின் இதழாக
நீ தொடும் தளிரின் மிருதுவாக
நீ தீண்டும் நீரின் மென்மையாக
நீ கண்ணுறும் நிலவின் வெண்மையாக
நீ சுவாசிக்கும் மெல்லிய காற்றாக
நிலம் பதியும் உன் மெல்லிய பாதமாக
உன் விழிகளின் கூர்ந்த பார்வையாக
உன் இதழ்களின் பூந்தசையாக
இருக்கும் என்னில்
நீயேதான் வியாபித்திருக்கிறாய்
நீ உறங்கவில்லையெனினும் என்னை
உன் உறக்கமாக உன் இமைகளில் பார் அன்பே...

91. ஊஞ்சல் புதிர்

காய்ந்த நதியில் திடீரென வெள்ளம் வந்துவிடலாம்
வாடிய மரத்தில் ஒரு பூ பூத்துவிடலாம்
சிறகு முறிந்த வண்ணத்துப்பூச்சி
பறந்துவிடலாம்
மூழ்கும் கப்பல் நிமிர்ந்து கரைக்கு வந்துவிடலாம்
தூண்டிலில் சிக்கிய மீன்
நீருக்கே திரும்பிவிடலாம்
எதிர்பாரா மழையில் ஒரு குளம் நிரம்பிவிடலாம்
பெருங்காற்றில் ஒரு விருட்சம் பிழைத்துவிடலாம்
சாகும் தருவாயில் இருப்பவன்
நடமாடத் தொடங்கலாம்
கடைசி இலை விழாமல் தொக்கி நிற்கலாம்
ஒவ்வொரு கடைசி நொடியிலும்
ஊஞ்சலாடுகிறது புதிர்.

அய்யப்ப மாதவன்

92. அமைதி

ஓடும் நதியில்
வலை விரித்ததும்
குலையத் தொடங்குகிறது அமைதி
காற்று பெரியதாய் வீசத் தொடங்குகையில்
மரத்தில் குலையத் தொடங்குகிறது அமைதி
நெருப்பு பெரிதாய் எரியத் தொடங்குகையில்
காட்டில் குலையத் தொடங்குகிறது அமைதி
மழை வெள்ளமாய் பெருகத் தொடங்குகையில்
நிலத்தில் குலையத் தொடங்குகிறது அமைதி
அமைதியை எதுவும்
அமைதியாய் இருக்க விடுவதில்லை.

93. ஒரே மாதிரிகள்

ஒரே மாதிரி ஊர்
ஒரே மாதிரி தெரு
ஒரே மாதிரி வீடு
ஒரே மாதிரி வெளிச்சம்
ஒரே மாதிரி அந்தி
ஒரே மாதிரி இருள்
ஒரே மாதிரி குயில்
ஒரே மாதிரி தூக்கம்
ஒரே மாதிரி கனவு
ஒரே மாதிரி நாள்
ஒரே மாதிரி துயரம்
ஒரே மாதிரி வேதனை
ஒரே மாதிரி கவலை
ஒரே மாதிரி அழுகை
ஒரே மாதிரி விரக்தி
ஒரே மாதிரி நம்பிக்கை
ஒரே மாதிரி பிறப்பு
ஒரே மாதிரி மரணம்
ஒரு மாதிரியாய் மாதிரிகள்.

அய்யப்ப மாதவன்

94. நரகம்

அவர்கள் குழிக்குள் இறங்கி
சாக்கடை அள்ளுகிறார்கள்
உங்கள் வீச்சத்தை வெளியேற்றுகிறார்கள்
உங்கள் நரகத்தை துடைத்தெறிகிறார்கள்
சொர்க்கத்திற்கு திரும்புகிறீர்கள்
உங்கள் சுவாசப் பாதையில்
குளிர்தென்றல் மோதுகிறது
அவர்கள் அடுத்தடுத்த
குழிக்கு நகர்கிறார்கள்
இயந்திரங்கள் இயங்கும் உலகில்
அவர்களை வரவேற்கிறது
நரகம்.

95. சிறுவனாக இருந்தேன்

நான் அப்போது சிறுவனாக இருந்தேன்
உலகம் உருண்டை என்பதும்
பெரிது என்பதும் எனக்குத் தெரியாது
எனக்குள் இருந்த சிறுவன்
ஒரு பந்தை உருட்டி
விளையாடிக்கொண்டிருந்தான்
பூனைக்குட்டிகள் நாய்க்குட்டிகள்
பட்டாம்பூச்சிகள் விட்டில் பூச்சிகள்
குளத்து மீன்கள்
இவைதான் என்னுலகமாயிருந்தது
நான் பள்ளிக்கூடம் போவேன்
எதோ படிக்கச் சொல்வார்கள்
மனனம் செய்தேன்
என்னைப்போன்ற சிறார்களுடன்
ஓடிப் பிடித்து விளையாடுவேன்
மணி அடித்ததும் வீட்டுக்கு வருவேன்
அம்மா அணைத்துக் கொள்வாள்
அப்பா முத்தமிடுவார்
தங்கைகள் என்னுடன் விளையாடுவார்கள்
தூக்கம் வரும் தூங்குவேன்
விழிப்பு வரும் விழிப்பேன்
எனக்கு நானே விளையாடிக் கொள்வேன்
ஓடுவேன் பாடுவேன்
வண்ணத்துப்பூச்சி பிடிப்பேன்
அதனுடன் பொழுது கழிப்பேன்
மாங்காய் பொறுக்கப் போவேன்
பழங்கள் பறிக்க போவேன்
நான் அப்போது சிறுவனாக இருந்தேன்.

96. எரியும் பெரும் வனம்

சட்டென்று பெய்துவிட்ட மழையில்
வெயில் தொலைந்துபோனது போல
தகித்துக்கிடந்த உணர்வுகள்
சாந்தமடைவது போலிருந்தன
மீண்டு வந்த அந்தியின் சிவந்த வானம்
சிந்தனைகளைச் சூடாக்கிவிட்டது போலிருந்தது
நிராதரவற்ற தனிமையின் கோர முகத்தில்
நெருப்பில் உருகும் இரும்பின் ரத்தச் சிவப்பு
கொலை செய்யப்பட்ட
அப்பாவிப் பெண்ணின் பிரேதத்தைப்
பார்க்கும்போதெல்லாம்
பெரும் வனம் கட்டுங்கடங்காமல் எரிகிறது
குற்றங்களை நிரூபிக்க முடியாதவர்கள்
விசாரணையை வேறு பக்கம்
திருப்பிக்கொண்டிருக்கிறார்கள்
எளியவர்களின் குரல்வளைகள்
நெறிக்கப்படும் குரூரச் சத்தம்
கேட்கத் தொடங்கிவிட்டது.

97. அஞ்சலி

மனம் உழன்று தவிக்கும்
நெருக்கடியான காலத்தில்
அணைத்துக்கொள்ள
அம்மாவின் வாஞ்சையான கைகள்
இப்போது இல்லை
உயிரின் நடுக்கத்தை குறைக்கும்
ஆகச் சிறந்த நண்பனென்று யாருமில்லை
சிந்தும் கண்ணீர்த்துளிகள் துடைக்கும்
உணர்வுமிகு அப்பா இல்லை
சோகங்களில் தவிக்கும் இதயத்தை
அமைதியுறச் செய்யும் தங்கைகளும்
இல்லை
இறந்துபோனால் அஞ்சலி செலுத்தும் கூட்டம்
உண்டென்று நினைக்கையில்
கொஞ்சம் ஆசுவாசமாய் இருக்கிறது.

98. அகாலம்

தண்டோராக்கள் முழங்கும்
யாருமற்ற தெருக்களில்
தண்டோக்காரனின் குரல் மட்டும்
அதிகாரத் தொனியில்
கொலைகாரனின் பொருட்களை எடுத்த இடத்தில்
வைத்துவிட ஓசை எழுப்புகிறது
கொலைகள் நடந்த இடம்
இன்னும் கொலைகளைக் காண
மீண்டும் கதவுகளைத் திறக்கிறது
படிக்கும் கனவுகளைச் சுமந்த பிள்ளைகள்
கொலைக்களத்திற்கு
மீண்டும் வரவேண்டுமென்பது கொடும் விதி
குற்றவாளிகள் மறைக்கப்படும் காலத்தில்
தண்டோராக்கள் அமைதிக்குள்
புதைந்துவிடும்
வழமைபோல ஆணுறைகள்
நிர்வாகத்தின் அறைகளில்
நிரம்பும்
குழந்தைகளின் மெல்லிய இதயங்களில்
மெல்லிய நடுக்கங்கள்
நிகழ்ந்துகொண்டிருக்கும்
படிக்க அனுப்பிய அம்மாக்கள்
இறந்த பெண்ணின் நினைவுகளில்
தவித்துப்போவார்கள்
தூக்கிச் சென்ற பொருட்களை
திரும்ப வைக்கும் சொல்லும்
தண்டோராக்கள் இறந்தவர்களின்

உயிர்களைத் திருப்பிக் கொண்டு
வாருங்களென்று ஒரு போதும்
சொல்லப்போவதில்லை
வாங்கிய கூலியுடன் பொறுப்புடன்
தண்டோரா போட்டவன்
அகாலத்தில் மறைந்துபோனான்.

99. அழுகையின் மீது

அந்தப் பெண்பிள்ளை மாடியிலிருந்து
குதித்துச் செத்துபோனதாய்ச் சொல்கிறார்கள்
ஒன்றுமறியா வயதில்
தற்கொலைக்கு தயார்படுத்திக்கொண்டிருக்கிறாள்
சாவதற்கு முன்பாக அவள் உடலில் காயங்கள்
குருதிக் கசிவு
நிறுவன முதல்வரின் அறையிலிருந்த
ஆணுறை என்ன செய்திருக்கும்
எப்படி துடிதுடித்துப்போயிருப்பாள்
நேர்ந்துவிட்ட கொடுந்துயரை
எப்படிச் சகித்துக்கொண்டிருக்க முடியும்
வெடித்த போராட்டங்களில்
அவள் உயிரின் கதறல்
பெரிதாய்க் கேட்டிருக்கும்
கைது செய்யப்பட்டவர்கள்
முகங்களில் குற்றங்களின் சாயல்கள்
இருக்குமா என்று தெரியவில்லை
அறுத்த உடலை மீண்டும்
அறுக்கச் சொல்லி ஆணைகள் வேறு
ஒரு சிறு உடலை எத்தனை முறை
சிதைப்பீர்கள்
தடயங்கள் தேடுவதாகச் சொல்கிறார்கள்
கண்டுபிடிக்க முடியவில்லையென
முதல் தகவல் அறிக்கையை
இழுத்து மூடுவார்கள்
அம்மா என்பவள் ஆறு போல பெருகும்
அழுகையின் மீது
மிதந்துகொண்டிருப்பாள்.

100. வன்மத்தின் மீது பிங்க் நிற ஒற்றைச் செருப்பு

சிண்ட்ரலா
உன் பிங்க் நிற ஒற்றைச் செருப்பை
உன் வன்மமாக எறிந்திருக்க வேண்டாம்
என் மீது வெறுப்பு இருந்ததைச் சொல்லியிருந்தால்
அதை வெளிப்படுத்த
ஒரு நல் வழியைக் காட்டியிருப்பேன்
உன் கோபத்தால் நீ இழந்தது
ஒற்றைச் செருப்பு மட்டுமல்ல
உன் தன்மானத்தையும்தான்
இனி யார் மீதாவது
உனக்கு விரோதமிருந்தால் சொல்
ஒரு ஜோடி பிங்க் நிற காலணிகளைப் பரிசளிக்கிறேன்
அவற்றில் ஒன்றைக் கழட்டி எறிவதற்கு முன்
நன்கு யோசித்து செய்
உன் தீராப்பகையை தீர்த்துக்கொள்ள
மேலும் வழிகள் இருக்கின்றன
மறந்துவிடாதே சிண்ட்ரலா
உன் ஒற்றைச் செருப்பு அரியாசனம் ஏறாது.

***